सकाळ प्रकाशन

भावनांच्या जगात

भावनिक सजगतेसाठी...

डॉ. श्रुती पानसे

लेखिका व तज्ज्ञ समुपदेशक

डॉ. श्रुती पानसे यांनी मराठी विषयात पदव्युत्तर शिक्षण घेतल्यानंतर शिक्षणशास्त्रातील 'मेंदू आणि शिक्षण' या विषयात पीएच.डी. केली. 'मेंदूशी मैत्री', 'मस्ती की पाठशाला', 'खोकं नव्हे डोकं', या त्यांनी लिहिलेल्या ज्ञानरंजक लेखमाला महाराष्ट्रातल्या विविध वर्तमानपत्रांत प्रसिद्ध झाल्या आहेत. आजवर त्यांची १९ पुस्तके प्रकाशित झाली असून 'सकाळ'तर्फे प्रकाशित *पहिली आठ वर्षं, टीनएजर्सच्या मनात, @२०* या पुस्तकांना वाचकांनी गौरवले आहे. *चिकू पिकू* या लहान मुलांसाठीच्या मासिकाच्या संपादिका म्हणून त्या कार्यरत आहेत.

'न्यूरॉन्स ॲक्टिव्हिटी रिसर्च सेंटर' या संस्थेच्या शिक्षण सल्लागार व संशोधक म्हणून त्या कार्य करत आहेत. 'मेंदू समजून घेताना' या विषयावर संपूर्ण महाराष्ट्रात त्यांच्या कार्यशाळा आणि संशोधनपर निबंध प्रकाशित होत असतात.

त्यांच्या पुस्तकाला यशवंतराव चव्हाण प्रतिष्ठान, मुंबईतर्फे शैक्षणिक ग्रंथ पुरस्काराने सन्मानित करण्यात आले असून इतर अनेक पुरस्कारांच्या व बहुमानांच्या त्या मानकरी आहेत.

डॉ. श्रुती पानसे लिखित आमची अन्य पुस्तके

- *पहिली आठ वर्षं*
  जन्मापासून ते वय वर्षे आठपर्यंतच्या टप्प्यापर्यंत बालविकासाचे विविध टप्पे आणि आनुषंगिक पालकत्व विचार
- *टीनएजर्सच्या मनात*
  किशोरावस्थेतील मुलामुलींच्या मनातील भावभावनांच्या वादळाविषयी मोकळा संवाद
- *@ २०*
  ऐन विशीतील मुलामुलींपुढे असलेली आव्हाने आणि मानसिकता याविषयी मुक्त संवाद
- *मेंदूचा पासवर्ड*
  भावना, विचार आणि बुद्धी यांना ताब्यात ठेवणाऱ्या मेंदूचे व्यवस्थापन कसे करावे, याविषयी मार्गदर्शन

जबाबदार पालकत्वाविषयी माहिती देणारी आमची अन्य वाचनीय पुस्तके

आपल्या स्मार्ट मुलाचा कल लक्षात घेऊन 'स्मार्ट' पालक बनण्यासाठी मार्गदर्शन

अनुवाद : डॉ. श्रुती पानसे
मुलांना समजून घेण्याची कला कशी जोपासावी, याविषयी माहिती

मुलांचे संगोपन सजगपणे कसे करावे, याविषयी चर्चा

भावनांच्या जगात

भावनिक सजगतेसाठी...

डॉ. श्रुती पानसे

सकाळ प्रकाशन

सकाळ प्रकाशन

Bhavnanchya Jagaat

सकाळ मीडिया प्रा. लि.
५९५, बुधवार पेठ, पुणे ४११ ००२
०२०-२४४० ५६७८/८८८८८ ४९०५०
www.sakalmediagroup.com
sakalpublications.com
sakalprakashan@esakal.com

प्रथम आवृत्ती : एप्रिल २०२१

ISBN : 978-93-89834-49-9

संपादन : ऐश्वर्या कुमठेकर

मुखपृष्ठ : शिवदास मोरे

मुद्रितशोधन व मांडणी : अश्विनी महाजन

'प्रसन्नतेपुढे सर्व दुःखे जाती झडोनिया। प्रसन्नतेने बुद्धीची स्थिरता शीघ्र होतसे'
हे विनोबांचं वाक्य गीताईतलं आहे.
पण ते नुसतं वाचून कळत नाही. ते अनुभवावं लागतं.
लहानपणापासून आजपर्यंत भावनिक साथ देणारी माझी बहीण
प्रीता नागनाथ हिला... प्रसन्नतापूर्वक...

थोडं काही मनातल्या भावनांमधलं

आपण एकमेकांशी सहज संवाद साधत असतो, तो सगळा संवाद परस्परांच्या भावनांवर आधारित असतो.

एखादा प्रश्न सोडवायचा असेल तरीही आधी भावना पुढे सरसावतात. प्रबळ आणि प्रवाही अशा या भावनांना जरासं मागे सारलं, तर बुद्धी नीट काम करू शकते. आपल्या मेंदूची रचनाच तशी असते. लिंबिक सिस्टीममध्ये स्थित असलेल्या या भावनांना– सकारात्मक किंवा नकारात्मक– फारच नीट हाताळावं लागतं. भावना सर्वांमध्येच असतात; भावनिक बुद्धिमत्ता मात्र शिकून घ्यावी लागते. वयानुसार भावनिक बुद्धिमत्ता आपोआप वाढते, असं काही होत नाही.

या संदर्भात स्वत:वर प्रत्येकानेच काम करण्याची आवश्यकता असते. समाजातली एक जबाबदार व्यक्ती म्हणून, आई म्हणून, बाबा म्हणून, कर्मचारी म्हणून– भूमिका कोणतीही असो– ती परिपक्व पद्धतीने पार पाडायची असेल तर भावनिक सजगता हवीच. ती कशी साधायची, हे या पुस्तकात लिहिलं आहे.

या पुस्तकातला बराचसा भाग 'सकाळ सप्तरंग'मध्ये प्रकाशित झालेल्या 'स्मार्ट संगोपन' या माझ्या लेखमालेतला आहे. पण लेखमालेचं पुस्तक करताना त्यात अनेक प्रकारे भर घातलेली आहे. मुख्य म्हणजे लेखमालेचा संपूर्ण ढाचा बदलून ते भावनाकेंद्रित केलं आहे. त्यामुळे राग, आनंद अशा भावनांबद्दल हे पुस्तक सांगत राहतं.

सगळ्यांत महत्त्वाचा भाग म्हणजे आपली मुलं आपल्याकडे बघत असतात. आपण न शिकवायचं ठरवलेलंही आपोआप, नकळत आत्मसात करत असतात. त्यामुळे सर्वात आधी आपण भावनिकदृष्ट्या सजग व्हायला हवं. मुलं आपल्याकडे बघतील, की

आपले आईबाबा, आपले शिक्षक किंवा समाजातली कोणतीही व्यक्ती आपले प्रश्न कसे सोडवतात, तेव्हा ते सहजपणे त्यातून घडत जातात. मुलांना वाढवताना तर भावनांची हाताळणी हा जगण्यातला फार महत्त्वाचा भाग होऊन जातो.

या पुस्तकाविषयी वेळोवेळी *सकाळ प्रकाशन*ची संपादक ऐश्वर्या कुमठेकर हिच्याशी झालेल्या चर्चांची मदत झाली. ऐश्वर्या ही माझी कॉलेजची मैत्रीण असल्यामुळे दुहेरी नात्यांनी आम्ही बोलत असायचो. सकाळ प्रकाशनाचे प्रमुख आशुतोष रामगीर यांच्यामुळे पुस्तकाला मूर्त रूप आलं. शिवदास मोरे यांनी मुखपृष्ठावर भावनांचा एक पट आपल्यासमोर मांडला आहे. त्यांचे मनापासून आभार! तसेच मांडणीकार अश्विनी महाजन यांचे आणि सकाळच्या संपूर्ण टीमचे खूप आभार!

डॉ. श्रुती पानसे

Email : ishruti@gmail.com

Contact : 74998 55830

Dr. Shruti Panse : You Tube Channel

Facebook page : Dr. Shruti Panse

अनुक्रमणिका

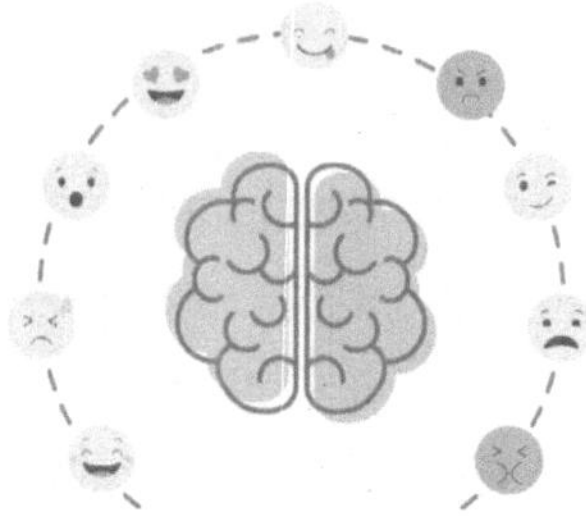

भावनिक बुद्धिमत्ता

माणूस हा सतत त्याच्या भावनांच्या हिंदोळ्यावर झुलत असतो. मेंदूत असंख्य प्रकारच्या भावना रेंगाळत असतात. आनंद ही त्यातील एक नेहमीची भावना. दिवसभरातून अनेकदा आपल्याला आनंद होतो. या भावनेला आनंद असं नाव दिलेलं असलं तरी त्यातही प्रसन्नता, समाधान, सुख, गगनात मावेनासा आनंद, विकृत आनंद, छद्मी हास्य असलेला आनंद, तृप्तीचा आनंद, निरागस आनंद, यशाचा आनंद, कष्टाचा आनंद– हातातून गमावता-गमावता पुन्हा मिळवण्याचा आनंद, तसंच पूर्णपणे गमावलेलं परत आलं याचा आनंद– अशा आनंदाच्या कितीतरी असंख्य छटा आपण रोज अनेकदा अनुभवत असतो.

केवळ आनंदच नव्हे; तर दुःख, निराशा, ताण याच्याही अशाच कित्येक छटा असतात. वेगवेगळ्या प्रसंगांमुळे या भावना मेंदूत निर्माण होतात. वेगवेगळ्या आठवणींमुळेसुद्धा विविध भावना निर्माण होतात. निराशेच्या प्रसंगात काहीतरी हास्यास्पद, जुनी आठवण येऊन हसायला येतं. ताणाच्या प्रसंगात एखादी घटना आठवून आश्वासक वाटतं; तर आनंदाच्या प्रसंगी एखादी ताणकारक घटना आठवून आनंदाला दुःखाची, एकाकीपणाची छटा प्राप्त होते.

ज्या वेळी समोर काहीही घडत नसतं आणि आठवणीतही नसतं, तेव्हाही रिकामपणाची भावना असते. भावनांची समस्थिती असायला हवी. खूप दुःख झालं तरी संयत आणि खूप आनंद झाला तरी संयत, अशी समस्थिती गाठता येऊ शकते. *गीताईत* म्हटल्याप्रमाणे,

नसे दुःखात उद्वेग, सुखाची लालसा नसे
नसे तृष्णा भय क्रोध, तो स्थितप्रज्ञ संयमी

अशी भावस्थिती हवी; आणि प्रयत्नांनी ती जमते.

भावनांच्या भरात लहान मुलं काहीही करू शकतात, असं म्हणतात. पण बुद्धिमान समजल्या गेलेल्या, मोठ्या माणसांच्या हातूनही भावनांच्या भरात लहानमोठ्या चुका होत असतात. रागाच्या भरात, मोहामुळे, प्रलोभन लक्षात न आल्यामुळे, अहंभावनेमुळे किंवा न्यूनगंडामुळे माणसं वागायला चुकतात. अशा चुका सतत होत राहिल्या तर लोक अशा व्यक्तींना दूर ठेवतात, चिडक्या किंवा गोंधळलेल्या व्यक्तीवर मोठ्या जबाबदाऱ्या सोपवल्या जात नाहीत. 'अहं'ने पछाडलेला माणूस मर्यादित यश मिळवतो. किंवा चुकांनी यशाचं रूपांतर अपयशात होतं. म्हणून आपल्या भावनांच्या प्रवाहात कधीच वाहून जायचं नाही. यात खूप धोके असतात. भावना नियंत्रणात ठेवून हुशारीने, बुद्धीच्या साहाय्याने हाताळल्यावर आपल्याला हव्या त्या पद्धतीने भावनांचं नियमन करता येतं.

त्यासाठी थोडे प्रयत्न करावे लागतात. पण ते जमू शकतं. डॅनियल गोलमन यांनी *इमोशनल इन्टेलिजन्स* या नावाचं पुस्तक लिहिलं आहे. गोलमन यांनी अभ्यासलेल्या केसेसमधून जे हाती आलं त्यातून त्यांनी भावनिक बुद्धिमत्तेचा सिद्धान्त मांडला. या पुस्तकात डॅनिअल गोलमन बुद्धी, भावना आणि यश यांचा संबंध उलगडून दाखवतात. त्यानुसार हे शक्य आहे. या पुस्तकात त्यांनी भावना नियंत्रित करण्याच्या चार सोप्या पायऱ्या दिल्या आहेत. गोलमन म्हणतात,

पहिली पायरी : स्वतःला ओळखणं

स्वतःला भावनिकदृष्ट्या समर्थ करता येतं. ही गोष्ट प्रयत्नाने जमते. आपल्या नकारात्मक भावनांवर मात करून सकारात्मक भावना वाढवता आल्या की व्यक्ती जीवनात यशस्वी होते. म्हणून ते म्हणतात, केवळ बुद्ध्यांकाला काहीच महत्त्व नाही. जीवनात यशस्वी व्हायचं असेल तर आपला भावनांक महत्त्वाचा आहे. बुद्ध्यांक वरच्या पातळीवर असेल, परंतु भावनांक कमी असेल तर अशांचं जीवनात यशस्वी होण्याचं प्रमाण कमी असतं.

भावना म्हणजे विविध रसायनं निर्माण होणं. मात्र, त्या रसायनांवरही काही प्रमाणात नियंत्रण आणता येतं. मानसिक आजारांमध्ये हे नियंत्रण राहत नाही, केवळ अशांसाठी औषधांचा पर्याय असतो.

दुसरी पायरी : स्वतःच्या विचारांमुळे भावनांवर नियंत्रण आणता येतं

मनाइतकं मजबूत दुसरं काही नाही. फक्त आपला त्यावर विश्वास बसला पाहिजे. मनात नकारात्मक भावना येऊ शकतात. कशाचीही तार्किक किंवा अतार्किक भीती वाटू शकते, नैराश्य येऊ शकतं, खूप संताप येऊ शकतो, अतीव दुःख होऊ शकतं. कारण परिस्थितीनुसार भावना मनात येत असतात, तशाच त्या जातही असतात. त्या कशामुळे येतात आणि जातात, याकडे लक्ष द्यायला हवं. त्यामुळे भावनांवर नियंत्रण जमतं. विचार

न करता प्रतिक्रिया दिल्या जात असतील तर आपल्या भावभावनांकडे जाणीवपूर्वक बघायला हवं.

घडणाऱ्या प्रसंगावर आपल्याला नियंत्रण ठेवता येतं. सोप्या शब्दांत सांगायचं तर, मनाशी ठरवलं तर कोणत्याही भावनांच्या आहारी जाण्यापासून आपण स्वतःला निश्चितपणे रोखू शकतो. स्वतःला काही अंशी तरी ओळखलंय असं वाटलं तर आपण इतरांच्या भावना जाणून घेऊ शकतो. निदान तशी शक्यता तरी वाढते. स्वतःच्या भावभावनांवर नियंत्रण ठेवण्याची किल्ली फक्त आपल्याच हातात असते.

तिसरी पायरी : इतरांचे स्वभाव ओळखता येणं

स्वतःला योग्य प्रकारे ओळखणं आणि स्वतःच्या भावनांवर योग्य प्रकारे नियंत्रण ठेवता येणं या भावनिक बुद्धिमत्तेसाठी करायच्या पहिल्या दोन पायऱ्या. आसपासच्या माणसांना ओळखता येणं, त्यांचे स्वभाव जाणून घेता येणं, ही तिसरी पायरी आहे.

दुसऱ्याच्या मनात शिरणं ही गोष्ट काही जणांना पटकन जमते; तर काही जणांचं स्वतःवर इतकं प्रेम असतं, की दुसऱ्यांच्या मनात शिरणं त्यांना जमत नाही. दुसऱ्यांबद्दल निर्माण होणाऱ्या नकारात्मक भावना– राग, द्वेष, मत्सर, चीड, संताप, अहंभाव माणसाला माणसापासून दूर करतात. दुसऱ्यांच्या मनात शिरू देत नाहीत. या भावना त्रास देत राहतात. काही वेळा स्पर्धेची भावना निर्माण होते. स्पर्धा करायचीच असेल तर फक्त स्वतःशीच स्पर्धा करायला हवी. दुसऱ्यांची प्रगती आणि यश यातही आनंद घेता आला पाहिजे.

स्वतःमध्ये कधीही कोणाबद्दलही नकारात्मक भावना येऊ न देणं हे शक्य असतं का? अशी भावना येत असेल तर ती सोडून देता यायला हवी. जर ही भावना मनात आली तरी तिचं समायोजन कसं करायचं हे आपल्याला शिकता येतं.

प्रत्येक सकारात्मक किंवा नकारात्मक भावना ही अत्यंत नैसर्गिक असते. ही भावना मनात आली तर आधी ती स्वीकारली पाहिजे. ती मनात येईल. तिचं अस्तित्व दाखवून देईल, रेंगाळेल. त्यानंतरच या भावनांचा निचरा होईल. हा निचरा होणं आवश्यक तर खरंच! नकारात्मक भावनांना रेंगाळू न देणं हीच तर भावनिक बुद्धिमत्ता.

चौथी पायरी : आसपासच्या माणसांशी योग्य पद्धतीने व्यवहार करता येणं

इतरांकडून अवास्तव अपेक्षा करणं म्हणजे स्वतःवर ओझं घेणं आणि इतरांवर मानसिक - भावनिक ओझं लादणं. अशा अवास्तव अपेक्षा करण्याने सगळेच दुःखी होतात. कारण इतरांची वैचारिक जडणघडण केवळ आपल्या सांगण्यामुळे बदलू शकत नाही. एकाकडून दुसऱ्याच्या कामाची अपेक्षा कशी काय करणार? सर्वात महत्त्वाचं म्हणजे

केवळ आपल्याला असे-असे बदल हवेत, म्हणून कोणत्याही व्यक्तीमध्ये कधीच बदल होत नसतात.

काही व्यक्ती एखाद्याविषयी दीर्घ काळ मनात भिंत बांधून ठेवतात. ते क्षमा करू शकत नाहीत आणि विसरूही शकत नाहीत. त्यांच्या मनातली 'अवास्तव वैर' ही भावना शरीरावर दुष्परिणाम करते. विशेषत: मेंदूवर आणि हृदयावर अशा वागण्याचा चांगलाच परिणाम होतो. आपल्या मनोवस्थेचा फार जवळचा संबंध शारीरिक अवस्थेशी असतो. त्यामुळे जुन्या हेव्यादाव्याच्या गोष्टी दूर करायलाच हव्यात. ज्या व्यक्ती क्षमाशील असतात, त्यांची तब्येत खरोखरंच ठणठणीत असते. मनातला वैरभाव दूर झाला की हलकं वाटतं, मोकळं वाटतं.

रोज-रोज एकच गोष्ट सातत्यानं सांगितली तर ती खरी वाटू लागते. इतरांशी व्यवहार करताना हे कायमच लक्षात ठेवायला हवं, की या पद्धतीने आपण कोणाला अवास्तव सूचना देत तर बोलत नाही ना? तितकंच महत्त्वाचं म्हणजे, दुसरं कोणी आपल्याशी बोलत नाही ना? कारण दोन्ही गोष्टी चूकच. म्हणूनच आपण इतरांना दिलेल्या सूचना आणि इतरांनी आपल्याला दिलेल्या सूचना नकारात्मक नकोत.

स्वत: सोडून इतर कोणासाठीही काहीही करताना मनात जे समाधान नांदतं, त्याला तोडच नाही. त्यातून आपण खरेखुरे आनंदी होत असतो. दुसऱ्या कोणालाही कसलंही ओझं होत असेल तर ते हलकं करायचा प्रयत्न करता आला पाहिजे. पण अवास्तव स्व-प्रेम ही गोष्ट समस्या निर्माण करते. स्व-प्रेमात बुडालेल्या लोकांना इतरांची पर्वा नसते. त्यांच्यातली 'स्व-जाणीव' अहंकाराकडे झुकते. म्हणून स्वत:विषयीची रास्त, परखड आणि प्रामाणिक जाणीव हवी. अतिरेकी स्व-प्रेम मात्र भावनिक बुद्धिमान बनू देत नाही. म्हणून आपल्याच भावनांशी आपल्याला त्रयस्थपणे 'चतुराईने व्यवहार' करता आला पाहिजे.

यशस्वी होण्यासाठी...

बुद्ध्यांक समाधानकारक असला तरी वास्तव जीवनात त्याचा उपयोग करता यायला हवा. स्वत:च्या भावना ओळखणं, त्यांचं योग्य प्रकारे नियमन करून, मार्ग काढून त्या भावनिक पातळीवर हाताळणं, यातून यश मिळतं. एक वेळ परीक्षेत गुण मिळणं सोपं! मात्र, नोकरी-व्यवसायाला सुरुवात केल्यानंतर मुलामुलींचं जग खऱ्या अर्थानं बदलतं. वास्तव जगात तयार प्रश्नपत्रिका नसते. त्याची तयार उत्तरपत्रिकाही नसते. प्रश्न कसा सोडवायचा, योग्य उत्तर कसं मिळवायचं, हे स्वत:लाच अक्कलहुशारीने शोधावं लागतं. इतरांशी विविध पद्धतीने व्यवहार करावा लागतो. त्यासाठी चतुर असावं लागतं. आपल्या व्यवसायाशी निगडित नवीन ज्ञान प्राप्त करून घेण्याची कुवत असावी लागते.

ज्ञात संशोधनाच्या आधारे असं दिसून आलं आहे की, आफ्रिकेमधील एका बेटावर राहणाऱ्या एप्स या प्रजातीच्या आहारामध्ये अतिशय उच्च दर्जाची प्रथिने आली. यामुळे लिंबिक सिस्टीमवर म्हणजेच भावनिक स्तराच्या वर प्रथिनांचं आवरण तयार झालं. या प्रथिनांच्या आवरणामध्ये उच्च बौद्धिक विचार करणारी अनेक क्षेत्रं निर्माण झाली. ही क्षेत्रं इतर कोणत्याही प्राण्यांमध्ये नाहीत.

भावनांचे परिणाम चांगले असतात, तसेच वाईटही असतात. या भावना दडपल्या, दाबल्या, त्यांच्याकडे दुर्लक्ष केलं किंवा त्यांना अति गोंजारलं तरी हातात आलेलं यश दुसरीकडे वळू शकतं. ज्यांना भावनांचं नियमन चांगल्या प्रकारे करता येऊ शकतं, अशा व्यक्ती आयुष्यात यशस्वी होतात; मग त्यांचा बुद्ध्यांक काहीही असो!

गोलमन यांच्या मते, योग्य प्रयत्नाने स्वतःला भावनिकदृष्ट्या समर्थ करता येतं. आपल्या नकारात्मक भावनांवर मात करून सकारात्मक भावना वाढवता आल्या की व्यक्ती जीवनात यशस्वी होते. म्हणून ते म्हणतात, केवळ बुद्ध्यांकाला (आयक्यू) काहीच महत्त्व नाही. जीवनात यशस्वी व्हायचं असेल तर आपला भावनांक महत्त्वाचा आहे. बुद्ध्यांक वरच्या पातळीवर असेल, परंतु भावनांक कमी असेल तर अशांचं जीवनात यशस्वी होण्याचं प्रमाण कमी असतं.

मेंदूत असतं भावनांचं स्थान

डॉ. पॉल मॅक्लिन यांच्या संशोधनानुसार, मेंदूत त्रिस्तरीय टप्पे कल्पिलेले आहेत. ते पुढीलप्रमाणे :

- *सरपट मेंदू (रेप्टिलियन ब्रेन)*

उत्क्रांतीच्या काळात मेंदू प्रगत होत गेला. पृथ्वीच्या पाठीवर सर्वप्रथम आलेल्या जलचरांच्या मेंदूमध्ये श्वासोच्छ्वास, प्रजोत्पादन, स्व-संरक्षण अशी काही कामं करायची आज्ञावली दिलेली होती. त्यानुसार ते आजही त्यांची कामं पार पाडतात. यांच्या मेंदूलाच 'सरपटणाऱ्या प्राण्यांचा मेंदू' (रेप्टिलियन ब्रेन) असं म्हटलं जातं.

भावनांच्या संदर्भात सांगायचं तर, हा भाग स्वसंरक्षणाचं, आपलं अस्तित्व जपण्याचं काम करतो. त्याचप्रमाणे इतरांच्या अस्तित्वाला धक्का देण्याचं कामही या भागातून घडतं.

● *भावनिक मेंदू (लिंबिक सिस्टीम)*

हा भाग मेंदूच्या साधारण मधल्या भागात असतो. उत्क्रांतीच्या काळात सरपट मेंदूवर प्रथिनांचं आवरण निर्माण होत गेलं. या आवरणामध्ये काही कार्यं वाढली. त्यातलं एक कार्य म्हणजे भावनांची निर्मिती.

सस्तन प्राण्यांमध्ये सरपट मेंदूचा पहिला + भावनिक मेंदूचा दुसरा असे दोन स्तर असतात. त्यामुळे या प्राण्यांचा मेंदू जलचरांपेक्षा अधिक प्रगत आहे. कारण सस्तन प्राण्यांमध्ये पहिल्या स्तरात स्वसंरक्षण असतं. याशिवाय दुसऱ्या स्तरातली भावनानिर्मितीही असते. माकड, हत्ती अशा सर्व सस्तन प्राण्यांमध्ये स्वत:चं संरक्षण करण्याची प्रबळ भावना असतेच.

जगातली पहिली प्रेमाची भावना ही आई आणि तिचं पिल्लू यामधली असावी, असं संशोधकांचं मत आहे. ही आई म्हणजे ज्या प्राण्यांमध्ये लिंबिक सिस्टीम (भावनानिर्मितीच्या यंत्रणा) विकसित झाली आहे अशी आई. मांजर, माकड, कुत्रा अशा सस्तन प्रजातीतली आई. पृथ्वीच्या पाठीवर सस्तन प्राण्यांचा जन्म झाला, तेव्हाच प्रेमाची भावना निर्माण झाली. आपल्या पिल्लांबद्दल प्रेम निर्माण झालं. असं प्रेम त्या आधीच्या प्रजातींच्या आई - पिल्लांमध्ये सहसा आढळून येत नाही.

सस्तन प्राण्यांमध्ये मांजर आपल्या पिल्लांची काळजी घेते. सुरुवातीच्या काळात पिल्लं तिच्या दुधावर जगतात. ती त्यांच्यावर प्रेम करते, चाटते. त्यांना जवळ घेऊन बसते. त्यांचं संरक्षण करते. यासाठी ती पिल्लांची जागा सतत बदलते. इतर सस्तन प्राणी त्यांच्या मेंदूतल्या यंत्रणेनुसार प्रेम करतात आणि आपल्या पिल्लांची काळजी घेतात. पिल्लं वागायला चुकली, जास्त अल्लडपणा केला, शिकार करताना चुका केल्या तर गुरगुरतात. एवढंच नव्हे; तर स्वसंरक्षण, शिकार अशी काही जीवनकौशल्यदेखील शिकवतात.

ही पालकत्वाची लक्षणं सस्तन प्राण्यांमध्ये आणि पक्ष्यांमध्येसुद्धा काही प्रमाणात दिसून येतात. मात्र, काही काळाने 'हे आपलं पिल्लू आहे' हे ते विसरून जातात. कारण त्यांच्यातील भावनिक केंद्र आणि स्मरणशक्तीचं केंद्र यांना जोडणारा पूल पूर्ण विकसित झालेला नसतो. कुत्री वासावरून आपलं घर, आपली माणसं लक्षात ठेवतात. कारण घ्राणेंद्रियं आणि स्मरणशक्ती यांचा जवळचा संबंध आहे.

माणूस या सर्वांपेक्षा अजून वरचा आहे. कारण त्याच्या मेंदूत तिसराही स्तर आहे!

● *निओ कॉर्टेक्स*

पृथ्वीवरच्या सर्व प्राण्यांपेक्षा माणूस हा प्राणी वेगळा आहे. याचं कारण मेंदूच्या त्रिस्तरीय रचनेतला वरचा स्तर – निओ कॉर्टेक्स.

मानवी मेंदूचे एकावर एक असलेले तीन स्तर लक्षात घेतले तर सर्वात खालच्या सरपट मेंदूस्तरात आहे - स्वसंरक्षण. त्यावरच्या म्हणजेच मधल्या आवरणात आहेत - भावना आणि त्या वरच्या तिसऱ्या आवरणात आहेत - विविध भाषा, कला, खेळ, विचार, नवनिर्मिती, संगीत, चित्रकला, विश्लेषण, विवेक, अमूर्त-मूर्त संकल्पना ओळखण्याची क्षमता, आकडेमोड, वस्तुनिर्मितीची क्षमता, समीक्षा, खेळाचे नियम, नृत्यांमधले नियम इत्यादी. शाळांमध्ये जे विषय शिकवले जातात, त्या सर्वांचा निओ कॉर्टेक्समधल्या घडामोडींशी संबंध असतो.

ज्ञात संशोधनाच्या आधारे असं दिसून आलं आहे की, आफ्रिकेमधील एका बेटावर राहणाऱ्या एप्स या प्रजातीच्या आहारामध्ये अतिशय उच्च दर्जाची प्रथिने आली. यामुळे लिंबिक सिस्टीमवर म्हणजेच भावनिक स्तराच्या वर प्रथिनांचं आवरण तयार झालं. या प्रथिनांच्या आवरणामध्ये उच्च बौद्धिक विचार करणारी अनेक क्षेत्रं निर्माण झाली. ही क्षेत्रं इतर कोणत्याही प्राण्यांमध्ये नाहीत.

बघायला गेलं तर, प्राण्यांची, पक्ष्यांची, कीटकांचीदेखील एक विशिष्ट भाषा असते. ते एकमेकांना या भाषेमध्ये संदेश देतात. परंतु ते या भाषेमध्ये साहित्यनिर्मिती करू शकत नाहीत. काही प्राण्यांमध्ये उच्च प्रकारच्या बौद्धिक क्षमतांपैकी काही क्षमता आढळून येतात. उदाहरणार्थ, डॉल्फिन. परंतु मानवी मेंदूशी बरोबरी करू शकेल अशा क्षमता कोणत्याही प्राण्यांमध्ये नसतात. कारण मानव उच्च प्रतीच्या कल्पना करू शकतो, कल्पनेवर काम करू शकतो, विचार करू शकतो आणि आपले विचार कृतीत आणू शकतो. विविध शोध लावू शकतो. ही निओ कॉर्टेक्सची देणगी आहे.

आपण मुळात एक प्राणी आहोत, निसर्गाचा एक भाग आहोत, ही आठवण माणसाला करून द्यावी लागण्याइतपत माणूसप्राणी इतर प्राण्यांपासून दूर गेला आहे, प्रगत झाला आहे. कुतूहल, विचार, स्मरणशक्ती, हाताच्या अंगठ्याची विशिष्ट रचना, दोन पायांवर सुटसुटीत चालता येतं, दोन हात मोकळे ठेवले तरी चालतात. इतक्या सोयी माणूसप्राण्याला मिळाल्या आहेत. मेंदूची ही त्रिस्तरीय रचना आपल्यापैकी प्रत्येकाला– लहानांपासून मोठ्यांपर्यंत सर्वांना– प्रत्येक क्षणी आणि प्रत्येक विचारात मदतीला येत असते.

भावनांच्या दृष्टीने या त्रिस्तरीय रचनेचं खूपच महत्त्व आहे. कारण मेंदूतला रक्तप्रवाह या तीन स्तरांमध्ये खेळत असतो.

१. भावनांची क्षेत्रं लिंबिक सिस्टीममध्ये आहेत, तर आकलनाची क्षेत्रं निओ कॉर्टेक्समध्ये आहेत.
२. एखाद्या भावनेचा प्रभाव वाढतो, तेव्हा मेंदूतला रक्तप्रवाह लिंबिक सिस्टीमच्या दिशेने वाहतो. अशा वेळी साहजिकच तो आकलनाच्या क्षेत्रांकडे पुरेसा नसतो.

थोडक्यात, ज्या वेळी मनात ताण येतो, भीती वाटते त्या वेळी आकलन कमी पडतं. तारतम्य, तार्किकता, सारासार विवेक या गोष्टी कमी पडतात. कारण रक्तप्रवाहाचा आवेग तिथे नसतो.

३. भावनांच्या आहारी जाऊन माणसाच्या हातून चुका होतात. तो कधी-कधी स्वतःवर आणि इतरांवर हल्ला करतो. कोणाच्याही अंगावर धावून जाणं, कोणालाही– स्वतःला, इतरांना, अगदी स्वतःच्याही मुलांना मारणं हा एक प्रकारे दुसऱ्यावर हल्ला चढवणं असतं. हे काम सरपट मेंदू ऊर्फ रेप्टिलियन ब्रेनचं असतं. मेंदूतला रक्तप्रवाह भावनांच्या क्षेत्रातून घसरून सरपट मेंदूकडे जातो तेव्हा माणसं अशी वागतात.

स्वतःच्या मुलांवर प्रेम असणारे आई-बाबाही मुलांना मारतात. कारण ते भावनांच्या प्रभावाखाली असतात. त्यांच्यात सारासार विचारशक्ती उरलेली नसते. म्हणून त्यांच्या हातून चुका होतात.

अति ताण, अति नैराश्य यामुळे माणसं कधी-कधी आत्महत्येच्या पातळीवर उतरतात, दुसऱ्याला जिवे मारतात, तेव्हाही ते अस्तित्वाच्या मुळावर उठलेले असतात. अशा वेळी सारासार विचारशक्ती उरलेली नसते.

रोजच्या व्यवहारात माणसांनी ठरवलंच, की आपण आपल्या मेंदूतला रक्तप्रवाह सरपट मेंदूकडे कधीच जाऊ द्यायचा नाही, तर तो माणूस कधीच कोणाला मारणार नाही.

अनेक घरांमध्ये मुलं अभ्यास करतात तेच मुळी आई-बाबा रागावल्यावर. पण एक लक्षात घ्यायला पाहिजे की, अशा प्रकारे घाबरलेल्या आणि मार खाणाऱ्या लहान मुलांची विचित्र भावनिक अवस्था होते. अशा अवस्थेत ते अभ्यासच नव्हे; तर कोणतीही गोष्ट धड करू शकत नाहीत. याचं कारण अभ्यास करण्याची, आकलनाची क्षेत्रं निओ कॉर्टेक्समध्ये आहेत आणि भीतीची भावना लिंबिक सिस्टीममध्ये आहे.

यालाच डॉ. पॉल मॅक्लीन यांनी 'थिअरी ऑफ डाऊनशिफ्टिंग' असं म्हटलं आहे.

नकारात्मक भावनांवर नियंत्रित ठेवण्याचं माणसाने ठरवलं, तर त्याला ते जमू शकतं. अशा वेळी रक्तप्रवाह निओ कॉर्टेक्सकडे ठेवण्याची आवश्यकता असते. काही सोप्या युक्तींमुळे हे जमू शकतं.

रसायनांची मदत

डोपामाईन, ऑक्सीटोसिन, एन्डोर्फिन आणि सेरोटोनिन या चार प्रकारची रसायनं आपल्याला आनंदी राहायला मदत करत असतात.

ज्या वेळी मनात नकारात्मक भावना निर्माण होते त्या वेळी कॉर्टिसोल हे रसायन निर्माण होतं. या रसायनाचा प्रभाव कमी करण्यासाठी इतर चार रसायनं आपल्या मदतीला येत असतात. एखादी चांगली, आपलं कौतुक करणारी घटना घडली की डोपामाईन निर्माण होतं.

आपल्या प्रेमाच्या, विश्वासाच्या माणसांमध्ये रमलं किंवा अगदी त्यांची आठवण जरी आली तरी ऑक्सीटोसिन तयार होतं. त्यामुळे रागाच्या, ताणाच्या प्रसंगात आपल्या प्रेमाच्या माणसांची आठवण काढली की आपोआपच कॉर्टिसोलचा प्रभाव कमी होतो. मन शांत होतं. समस्या कशी सोडवायची, याचा विचार शांत मनात सुरू होतो.

आवडीचे पदार्थ खायला मिळाले, व्यायाम केला की एन्डोर्फिन आणि सेरोटोनिन तयार होतं.

ही चारही रसायनं आपल्या मदतीला असतात. त्यामुळे आपला ताण कमी करायचं काम आपल्याला हातात असतं. यामुळे आपल्या भावना नियंत्रित राहू शकतात.

आपण आहोत का भावनिक बुद्धिमान?

आपल्या आयुष्यात दर क्षणी भावनांचे चढ-उतार चालू असतात.

आपण भावनिक बुद्धिमान आहोत का, हे लक्षात घेण्यासाठी या पुस्तकात आपण काही प्रश्न दिले आहेत. तिथे आपल्या मनातलं प्रतिबिंब लिहून काढलं, त्या प्रश्नांची उत्तरं दिली तर आपला भावनिक बुद्धिमान व्हायच्या वाटेवरचा प्रवास सुरू झाला आहे, असे समजा.

आपण स्वत:च्या विचारांमध्ये डोकावायला आणि विचारांना वळण लावायला सुरुवात केलेली आहे, हे निश्चित! डॉ. गोलमन यांनी सांगितलेल्या चार पायऱ्या आपल्याला चढायच्या आहेत.

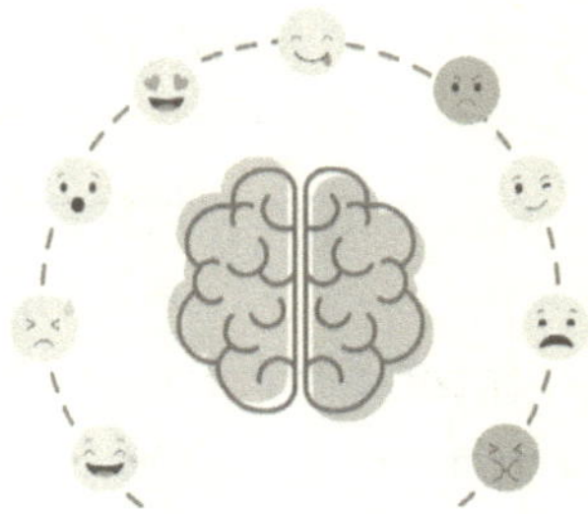

आनंदतरंगांच्या शोधात

आनंद देई स्वस्थता
आनंद देई प्रसन्नता
प्रसन्न मनात असते
यशाची शक्यता

'जगातला सर्वात आनंदी देश कोणता?' हा विषय घेऊन एक सर्वेक्षण केलं तेव्हा २०१९मध्ये फिनलंड, डेन्मार्क, नॉर्वे यांचे अनुक्रमे पहिले क्रमांक होते. आणि भारताचा क्रमांक होता १४४वा.

आपण आनंदी आहोत का?

आपण आनंदी राहण्यासाठी काय करायला हवं?

आनंदी राहण्यात ज्या अडचणी येतील, त्या आपणच दूर करायला हव्यात.

एकदा पालक झालं की आपण २४ × ७ पालक असतो. आई-बाबा झाल्याचा आनंद काही जगावेगळा असतो. मुलांमुळे पुन्हा एकदा आपण मूल होतो. त्यांच्या नजरेतून जग बघतो. मजा, गंमत, आनंद असतोच; पण विविध आव्हानांना तोंड द्यावं लागतं, हेही नाकारून चालणार नाही.

ती आव्हानं पेलताना आणि या समस्या सोडवताना आपला कस लागतो. कारण प्रत्येक मूल वेगळं असतं, तसं या समस्याही वेगळ्या असतात. आणि आपण काही

पालकत्वाची पोस्ट ग्रॅज्युएट डिग्री घेतलेली नाही. जेवढ्या वयाचं आपलं मोठं मूल, तेच आपलं पालक म्हणून वय. समजा, आपण तीस वर्ष वयाची एक सज्ञान, जबाबदार, उच्चशिक्षित, नोकरदार वगैरे सन्माननीय व्यक्ती असू; पण आपलं मोठं मूल चार महिन्याचं असेल तर आपलं पालकवय चार महिने इतकंच आहे. आपण यात नवे आहोत. त्यामुळे कधी-कधी ताण येणार, नक्की पुढे काय करायचं, हे कळणार नाही.

समजा, आपल्याला दोन मुलं असतील, तरी दोन्ही मुलं आपल्याला वेगवेगळा पेपर सोडवायला देऊच शकतात. अशा वेळी 'आमचा मोठा मुलगा शहाणा होता. शांत होता, पण हा काहीतरी वेगळाच आहे,' असं आपल्याला म्हणावं लागतं. एकाच्या वस्तू कदाचित दुसऱ्याला चालतील, पण एकाच्या वेळचे आपले अनुभव दुसऱ्याच्या वेळेला चालतीलच असं सांगता येत नाही. अशा वेळी आपलं पालकवय नक्की किती ठरवायचं?

इथे एक मजेदार उदाहरण आहे. एकदा एका व्यक्तीने 'पालकत्व' या विषयाची काही पुस्तकं वाचली. त्याला हा विषय आवडला. फार सोपा वाटला. त्याने या विषयावर कार्यशाळा घ्यायच्या ठरवल्या. 'उत्तम पालकत्वासाठी करायलाच हव्यात अशा दहा गोष्टी' असं या कार्यशाळेचं नाव ठेवलं. काही वर्षांनी त्याचं लग्न झालं. त्यानं कार्यशाळेचं नाव बदलून ठेवलं– 'पालकत्वाविषयी पाच सूचना'. यथावकाश त्याला एक मूल झालं. पुन्हा नाव बदललं– 'पालकत्वाविषयी तीन सल्ले'. असा बदल त्याच्या मानसिकतेत झालं. या पुढची गोष्ट म्हणजे त्याला पुढे जुळं झालं. अखेर त्याने हे काम पूर्णपणे सोडून दिलं.

हे खरं आहे की, मुलांशी असलेलं आपलं नातं उभं राहत असतं, आकार घेत असतं, तेव्हा खूप मागण्या करत असतं. त्या पूर्ण करण्यासाठी तन, मन आणि धनाने सतत उभं राहावं लागतं. या समस्यांची कसलीही गणिती सूत्रं नसतात. मात्र, या समस्या सोडवताना स्वत: त्यात हरवून न जाता मानसिकदृष्ट्या स्थिर असायला पाहिजे.

एखादी गंभीर समस्या असेल तर आनंद हा ओढूनताणून आणता येत नाही. पण, निदान आपलं मानसिक आरोग्य नीट राहावं यासाठी काही गोष्टी करायला हव्यात. त्यातून नक्कीच आनंदी राहायला शिकता येईल. त्यासाठी आपले विचार तपासून बघायला हवेत.

विचार १ : काही वेळा मुलांचं काही चुकलेलं नसतं, ते खेळत असतात. पण इतर कोणत्या कारणावरून निराश झालेल्या आई-बाबांचा एका क्षणी ताबा सुटतो आणि कोणावरचा तरी राग ते आपल्या लहानग्यांवर काढतात, म्हणूनच आई-बाबा एक वेळ फार आनंदी - उत्साही नसले तरी चालतील; पण नैराश्यात नकोत.

आपण आहोत का निराश?

विचार २ : घरातली कामं चुकत नाहीत, जबाबदाऱ्या कधीच पूर्ण होत नाहीत. बाहेरची कामं तर अत्यावश्यकच! स्वत:कडे लक्ष द्यायला वेळ आणणार तरी कुठून? आई-बाबा कंटाळलेले असले तरी मुलं खेळत - हसत - दंगा करत राहतात. पण त्यांचं लक्ष असतं आई-बाबांकडे!

आपण फार कंटाळलोय का?

विचार ३ : 'मी असं करायला नकोच होतं', 'मी हे लग्नच करायला नको होतं', 'मी गाव सोडलं हीच माझी चूक झाली', 'मला लग्नात मिळालेल्या वस्तू तू घरच्यांना का देऊन टाकल्या', अशा भूतकाळातल्या अत्यंत निरर्थक गोष्टीत वर्षानुवर्षं गेली तरी बरेच नवरा-बायको भांडत राहतात. भांडण स्वत:शी आणि इतरांशीही. भांडायचंच असेल तर विषय तरी आजचा हवा. जी गोष्ट कालचक्र उलटं फिरवून पुन्हा घडवून आणता येणार नाही, त्याविषयी काय भांडायचं? आजचा दिवस आणि आजचा चांगला मूड का घालवायचा?

भूतकाळात जगतोय का आपण?

विचार ५ : या सगळ्या प्रकरणात काही जण स्वत:ला अतिशय नावं ठेवतात. स्वत:च्या चुका मनातल्या मनात उगाळत ठेवतात. आरोपीच्या पिंजऱ्यात स्वत:ला ठेवतात. चुका होतातच. एकदाच स्पष्टपणे कबूल करा. त्यात सुधारणा करा आणि गोष्टी सोडून द्या.

आपण स्वत:ला बघतोय का आरोपीच्या पिंजऱ्यात?

विचार ६ : हल्लीच्या आई-बाबांमध्ये अपराधी भावना फार येते. 'मी काही करू शकलो नाही / शकले नाही' या भावनेचा उपयोग चुका सुधारण्यासाठी जरूर करावा. पण त्यातच राहिलं तर आपली सकारात्मक ऊर्जा, उत्साह, चांगलं काही घडेल याची आशा सगळं काही संपून जातं. कितीही कंटाळा आला तरी नेहमीपेक्षा वेगळ्या कामात मन गुंतवून घेतलं की आपला मूड परत जाग्यावर येतो. काही जण मुलांना 'स्ट्रेस बस्टर्स' म्हणतात.

त्यांच्याबरोबर मन रमवलं की आपले सगळे ताण हलके होऊन जातात. 'स्ट्रेस बस्टर्स' कसले; हे तर स्ट्रेस बूस्टर्स आहेत, असंही काही जण म्हणतात.

खरंय; कधी-कधी नाही, तर अगदी सारखीच मुलं आपली परीक्षा घेताहेत. चिडचिड करताहेत, पसारा तर सारखाच होतोय, हट्ट, आक्रस्ताळेपणा, सातमजली आरडाओरडा, आजारपण अशा गोष्टींना रोज-रोज सामोरं जावं लागतंय. असंही होऊ शकतं. होतंच!

यामुळे खूप ताण येतोय का आपल्याला?

अशा वेळी एकच करायला हवं. ती वेळ जाऊ द्यायला हवी. त्या वेळी मुलांवर आरडाओरडा केला तर घराची रणभूमी होते. आपल्या हृदयावर, रक्तप्रवाहावर, मानसिकतेवर, मेंदूवर विपरीत परिणाम होतात. मुलांवर कसलाही परिणाम होत नाही. ते त्यांना वागायचं तसंच वागतात. मग रागावून काय उपयोग?

लहान मुलांना आपण रागावतो तेव्हा ते बऱ्याचदा खोटं-खोटं असतं, दाखवण्यापुरतं असतं. त्याला चुकीच्या वागण्यापासून परावृत्त करण्यापुरतं असतं. पण वाढत्या वयातल्या मुलांना रागावताना लहानपणची ही युक्ती मुळीच सफल होत नाही. त्यापेक्षा अतिशय शांतपणे, वेळ हातात असताना जटिल प्रश्न सोडवायला घ्या.

टोकाला जाऊन रागावण्यापेक्षा शांतपणे प्रश्न सोडवायला घेतला. हे आपल्याला नक्की जमतं. हे आपल्याला कधी-कधी जमलं होतं?

खूपदा असं होतं की आपले प्रश्न सुटले की आपल्यातली ही नकारात्मकता कुठल्याकुठे पळून जाते. आकाशातलं मळभ निघून जातं. पुन्हा एकदा आपण आपल्या मुलांबरोबर आनंदाचे क्षण घालवायला सज्ज होतो! वयाच्या त्या-त्या टप्प्यावरचे हे भारावलेले क्षण पुन:पुन्हा मिळत नाहीत. ते आत्ताच अनुभवायला हवेत!

कारण आपलं मन कायमच भावनांच्या हेलकाव्यांवर हिंदकळत असतं. मनात वेगवेगळे तरंग उठतच असतात. हे तरंग केवळ आपल्याच मनात नाहीत; तर मुलांच्या मनातही उठतही असतात. वयाच्या वेगवेगळ्या टप्प्यांवर हे तरंग त्यांना दिशा देत असतात. पण हे आनंदतरंग आहेत की अस्वस्थतरंग आहेत, हे ओळखायला हवं.

- एकाचा राग दुसऱ्यावर काढायचा नाही. कारण यात अनेकदा मुलांवर राग काढला जातो.
- भूतकाळातल्या वाईट घटना आठवत बसायचं नाहीत.
- स्वतःच्या चुका मनातल्या मनात उगाळत ठेवायच्या नाहीत.
- मुलांशी छान गप्पा मारल्यामुळे घरात आनंद निर्माण होतो. एकमेकांशी छान नातं निर्माण होतं.

मुलांचं वाढतं वय आपल्याला दिसतं. दर वर्षी वर जाणारी त्यांची इयत्ता दिसते. नवनव्या कला-कौशल्यांचा पाठपुरावा ते करताहेत हे दिसतं. त्यांच्या मागण्या, त्यांचे हट्ट दिसतात; पण त्यांच्या वाढत्या मनातली अस्वस्थता आपल्याला फारशी दिसत नाही. ती कधी-कधी जाणवत राहते इतकंच. अस्वस्थता हा शब्द नेहमी नकारात्मक असतो असं नाही. अस्वस्थता ही एक प्रक्रिया असून ती कधी-कधी सुंदरही असू शकते. या अस्वस्थेतूनच नव्या कल्पनांचा, सर्जनशीलतेचा उगम होत असतो; तर कधी या अस्वस्थतेतून ताण वाढत असतो.

स्पर्धेतून खरा आनंद मिळतो का?

खरं तर जन्मापासूनच मुलांचं मन कार्यरत असतं. साधारण एक वर्षाच्या आसपास त्यांचा स्वभाव हळूहळू कळायला लागतो. हातातलं खेळणं दुसऱ्याला दिल्यासारखं दाखवायचं, पण आपल्याच हातात ठेवायचं. लहानपणीचा हा अगदी आवडता, मजेचा खेळ; पण स्वभाव घडवत जाणारा. एखादा खेळ, एखादं पुस्तक, एखादी वस्तू आवडली की तीच पुनःपुन्हा हवी असते, हे खरं; पण त्यासाठी केला जाणारा हट्ट, व्यक्त केलेला राग, प्रसंगी भिंतीवर डोकं आपटून घेऊन व्यक्त केलेला संताप या सगळ्यांतून हळूहळू स्वभाव घडत जातो. मुलाचं अव्यक्त मन आपल्याला जाणवायला लागतं.

त्यातून आजच्या तथाकथित स्पर्धात्मक जगात मुलांना लहानपणापासूनच वेगवेगळ्या स्पर्धांना घातलं जातं. त्यांच्या मनात स्पर्धेची नैसर्गिक जाणीव निर्माण व्हायच्या आधीच साध्या-साध्या स्पर्धा सुरू होतात. पळण्याची स्पर्धा, लंगडीची स्पर्धा यातून आपलं मूल पहिलं कसं येईल, याची स्पर्धा आधी पालकांच्या प्रौढ मनात सुरू होते आणि मग ती बालमनापर्यंत पोहोचते.

हे बालमन असंच आपल्या नकळत मोठं होत जातं. त्यात दिवसागणिक कित्येक गोष्टींची भर पडत जाते. 'मीच सगळ्यात टॉपला' अशी ऊर्मी मनात असणं वेगळं, त्यासाठी

जिवापाड मेहनत करणं वेगळं आणि 'माझं अपयश सहन करता येत नाही' हे वेगळं. अनेकदा ही स्पर्धा मुलांचं मन पोखरते. त्यांना साध्या-साध्या गोष्टीतला निर्भेळ आनंद घेऊ देत नाही. एखादी गोष्ट फक्त आपल्या आनंदासाठी करायची आहे, हे लक्षात येत नाही.

उदाहरणार्थ, मला आत्ता चित्र काढावंसं वाटतंय, म्हणून मी मला हवं तसं छान चित्र काढणं, त्यात बुडून जाणं हे व्हायला हवं. चित्र आवडलं तर मी ते सगळ्यांना दाखवेन, नाही आवडलं तर बाजूला ठेवून नवं चित्र काढायला घेईन, मला नको असेल तर नवं चित्र काढायला कदाचित घेणारही नाही हा निर्णय पहिली-दुसरीतल्या मुलांनाही घेऊ द्यायला हवा. यातून त्यांच्या मनात जे काही उमटेल, तो त्यांनी स्वतःचा घेतलेला शोध असेल.

मुलांना सतत वेगवेगळ्या स्पर्धेत उतरवल्यामुळे त्यांच्या मनावर काही परिणाम होतो, हे जाणवतं का... मुलं बक्षीसं मिळवत असली आणि नसली तरी? आपलं निरीक्षण काय सांगतं?

आत्ताच्या वयात अगदी सहज उपलब्ध असलेला हा मुक्त - मोकळा वेळ, स्वातंत्र्य आणि त्यातून मिळणारं समाधान किंवा असमाधान हे आपण बाहेरून पुरवू शकत नाही; कितीही पैसे ओतले तरी! ही मनाची सूक्ष्म प्रक्रिया आहे. याचा अनुभव ज्याचा त्यानेच घ्यायचा आहे. आपण मुलांना तो घेऊ द्यायला हवा. आपल्याला माहीत आहेच, की पुढे अपुरा पडत जाणारा वेळ काहीही आगळंवेगळं करू देत नाही. थोडक्यात काय; तर, स्पर्धा जेवढी उशिरा सुरू होईल तेवढा मुलांना कलांचा - खेळांचा आनंद मनमुराद लुटता येईल आणि त्यातूनच स्वतःच्या मनाशी संवाद साधता येईल. हा संवाद साधणं एका सक्षम मनासाठी - मेंदूसाठी फार आवश्यक आहे. नव्या भाषेत बोलायचं तर इमोशनल इंटेलिजन्ससाठी आवश्यक आहे.

मुलांना त्यांचं बालपण जगू देणं म्हणजे दुसरं काय असतं? त्यांना या सर्वांचा आस्वाद घेऊ देणं. वयाच्या या टप्प्यावर त्यांच्या आकलनाच्या सुंदर कक्षेत काय मस्त उलथापालथ चालू असते आपल्याला काय माहीत! मेंदूशास्त्रावरील एका पुस्तकाचं नाव *सेलिब्रेशन ऑफ न्यूरॉन्स* असं आहे. मुलांना त्यांचं त्यांना 'सेलिब्रेट' करू तर द्या! आपण सर्वच जण बालवाडी, तिसरी-चौथीपर्यंत जेवढी गाणी म्हणतो, चित्र काढतो, खेळतो, बडबड करतो, तेवढं नंतर कधीही करत नाही. याला अपवाद व्यावसायिक चित्रकार, नर्तक, खेळाडू अशांचा. त्यामुळे त्या-त्या वयातलं मेंदूतलं सेलिब्रेशन फार आनंदाचं, खेळीमेळीचं!

जे पालक मुलांना असं काही करू देत नाहीत, या क्लासमधून त्या क्लासला पळवतात, त्यापैकी बऱ्याच मुलांच्या मनात सतत कसरत सुरू होते. मग ती परीक्षा असो, स्पर्धा असो किंवा वाढदिवसाला घेतलेला एखादा नवीन ड्रेस. 'मीच भारी असायला हवं' आणि 'मीच भारी दिसायला हवं' ही जाणीव अंतर्मनाला धडका देत असते. या धडकांना मागून जोर देणारे खूप जण असतात. त्यात पालक असतात, कधी शिक्षक असतात, टीव्हीवरच्या जाहिराती असतात, सिनेमातली गाणी असतात, सोशल मीडिया असतो, त्यातले लाईक्स असतात, स्टेटस अपडेट करताना 'एक्सने अमुक केलं तर मीही करून दाखवायला पाहिजे' ही भाषा असते. त्यातून अस्वस्थता व्यक्त होते. ही सगळी मनातली अस्वस्थता दर वेळी इतरांना कळतेच असं नाही. मुलांशी मोकळेपणाने गप्पा मारल्या तर आपल्याला हे सहज समजू शकतं. खरं सांगायचं तर, पाचवी-सहावीच्या पुढची मुलं मनातले आनंदतरंग किंवा अस्वस्थतरंग बोलून दाखवत असतील तर समजा, की आपला त्यांच्याशी गप्पा-संवाद योग्य रीतीने चालला आहेत. मुलांच्या भावविश्वातल्या गोष्टी आपल्याला कळतील. तसं नसेल तर गप्पांना रुळावर आणावं लागेल.

आता थोडं अवघड टप्प्याबद्दल. साधारण आठवी-नववीनंतर मुलं स्वतःला जास्त तीव्रतेने शोधत राहतात. त्यामुळे अस्वस्थ असतात. त्यांची ही अस्वस्थता बदलणं, मुलं मोकळी आणि आनंदी होणं खरंच आवश्यक असतं.

'मी कोण?', 'मी कशी/मी कसा?', 'माझं म्हणता येईल, असं कोण आहे?', 'मी खरंच अशी आहे, का मी तशी आहे?', 'मी कसं वागलं तर मला प्रेम मिळेल?', 'माझ्या आसपास जो काही समवयीन मित्रमैत्रिणींचा समाज आहे, त्यात माझं स्थान काय आहे?' 'ते स्थान वरचं असेल, (माझे मार्क्स, माझी हुशारी, माझं दिसणं, माझ्या आई-बाबांची आर्थिक प्रतिष्ठा यावर अवलंबून असलेलं) तर इतरांच्या डोळ्यांत मला ते दिसतं. मला बरं वाटतं आणि स्वस्थही वाटतं. पण, जर माझं स्थान मलाच सापडलं नसेल, सापडत नसेल, मला ते इतरांच्या नजरेत दिसत नसेल, तर सापडत नाही तोपर्यंत माझी अस्वस्थता कायम राहते. मी इतरांच्या अपेक्षा पूर्ण करत नसेल तर त्याचं ओझं होतं. हे ओझं असह्य होऊन मी मलाच नकोशी होते.' स्वतःच्या किंवा इतरांच्या अपेक्षा पूर्ण करू शकत नसेल, तर तो ताण असह्य होतो. त्याचं हृदयावर ओझं होतं.

असं व्हायच्या आधीच मुलांना ओळखा. गप्पा मारा. त्यांच्याबरोबर मनसोक्त फिरा. खेळा. अभ्यासाच्या ओझ्यात त्यांच्या विरुद्ध पार्टीत जाऊ नका. ओळखा त्यांना; म्हणजे खरा आनंद आणि समाधान आपल्याला मिळेल.

■■■

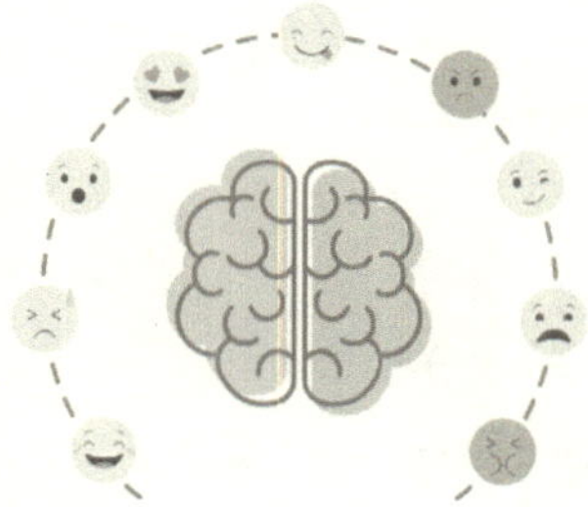

प्रेमाच्या गावाला जायचंय, कसं?

स्पर्श मायेचा जपण्याचा
पंख लेवून झेप घेताना, आधार देण्याचा

बाळ जन्मल्यानंतर पहिल्या वर्षात त्याच्यावर खूप सारा कौतुकाचा, प्रेमाचा वर्षाव होतो. पहिलं वर्ष बाळावर आणि स्वतःवर आई-बाबा खूश असतात. त्यामुळे हे प्रेम उतू जात असतं. पहिल्या वर्षाचा वाढदिवस तर दणक्यात साजरा होतो. जसजसं बाळ मोठं होतं तसतसं प्रेम तर असतंच; प्रेमाची अभिव्यक्ती मात्र कमी होते.

वास्तविक आई-बाबा मुलांवर निरतिशय प्रेम करतात, त्याची कितीतरी रूपं असतात. त्या प्रेमात कौतुक असतं, लाड असतात, जवळीक असते, आस्था असते, काळजी असते, माया असते. जबाबदारी तर असतेच.

या शिवायही कळत-नकळत जाणवणाऱ्या अनेक छटा असतात.

आई-बाबा आणि मूल या तिघांमध्ये प्रेम असतं, माया असते.

पण, या प्रेमालाही वेळोवेळी खतपाण्याची गरज असते, तर काही काटछाट करण्याचीही गरज असते.

प्रेमसंवाद

सहज फसलं जाणारं लहानगं वय

आई, मला ते दे!'

'काय देऊ तुला?'

'मला खेळायचंय त्या जोकरशी.'

'अरे, तो जोकर गेला निघून. काही नाही तिथे.'

'नाहीये!'

'अरे, तो जोकर तर काऊनं नेला. आता उद्या परत मिळेल हं! आता झोपायचं!'

'काऊनं नेलं जोकरला?'

'नेलं.'

✠

'तो बघ त्या तिकडे अंधारात... एक बुवा बसला आहे. जी मुलं मोठ्या माणसांचं ऐकत नाहीत, त्यांना तो घेऊन जातो.'

'आणि काय करतो तो?'

'काही करत नाही. घेऊन जातो आणि पुन्हा आई-बाबांकडे सोडत नाही. घरीपण जाऊ देत नाही.'

'मग काय करतो तो अशा मुलांना?'

'त्याच्या घरी ठेवतो पकडून.'

'पण का ठेवतो?'

'कारण तो बुवा खूप वाईट असतो, दुष्ट असतो. म्हणून तो अंधारात लपून बसतो. म्हणून मोठ्यांनी सांगितलेलं सगळं ऐकायचं असतं; नाहीतर तो बुवा येऊन घेऊन जातो.'

✠

एक वय असतं, जेव्हा मुलं आई-बाबांवर, शिक्षकांवर आणि जवळच्या सगळ्या मोठ्या माणसांवर विश्वास ठेवतात. इतकं, की आई पलीकडच्या खोलीत असेल आणि दार लावलेलं असेल तर आई पुन्हा दिसेल की नाही, या कल्पनेनं मूल अस्वस्थ होऊन भोकाड पसरतं. जे समोर दिसत आहे आणि मोठी माणसं जे सांगत आहेत त्यावर विश्वास ठेवणारं हे वय!

✠

हळूहळू कळायला लागतं ते वय

'बाबा, मला ते दे ना!'

'काय हवं तुला? '

'अरे, दे ना!'

'अरे, ते तर गेलं. काऊनी नेलं.'

'काऊनी नाही नेलं. मला नाही दिसला कावळा. कावळ्याकडे नाहीये. तूच खिशात ठेवलंयस. दे मला.'

मोठ्या माणसांनी सांगितलेलं सगळंच खरं नसतं. त्यांच्यातली स्वतंत्र विचारक्षमता जागृत होण्याचा हा काळ. कार्यकारणभाव कळण्याचं हे वय. जी मुलं चुकून अंधाराला घाबरत असतील, त्यांना अंधारात मुद्दाम नेऊन तिथला लाईट लावून, तिथे काहीही नाही हे त्यांची खात्री पटेपर्यंत आवर्जून दाखवण्याचा हा काळ.

✠

अविचारी कृतीला विचारी वळण लावण्याचं वय

'हा खडू तू कुठून आणलास?'

'मला नाही माहीत हा माझ्या दप्तरात कुठून आला.'

'तुला कसं नाही माहीत? हे तुझं दप्तर आहे ना? तूच आणला असशील. कोणाचा घेतलास हा खडू? शाळेतला उचलून आणला नाहीस ना?'

'देवबाप्पा शिक्षा करतो का मग खोटं बोलणाऱ्याला?'

'देवबाप्पा शिक्षा नाही करत; पण हा खडू ज्या कोणाचा असेल, ते शोधत असतील ना?'

'...'

'तुझ्या शाळेतल्या ताईंचा आहे का खडू? खडू नसेल तर त्या फळ्यावर कशाने लिहिणार? त्यांना सकाळी शाळा भरायच्या आधी हा द्यायला पाहिजे. हो ना!'

'हो. मी देईन.'

✠

'हे काय? आज चक्क स्वच्छ केलाय डबा. भाजी आवडली का? शाबासकी द्यायला पाहिजे तुला! '

'हो! मी पूर्ण संपवला डबा.'

'खरंच ना! मला खरं वाटत नाहीये!'

'मी सोनूला मुळीच नाही दिला डबा. मी एकटीनेच संपवला अख्खा. हवं तर तू विचार तिला. मीच संपवला.'

'बरं! उद्या मी तुला थोडी वेगळी भाजी देऊ का? म्हणजे तुम्हांला दोघींना मिळून खाता येईल.'

'हो, चालेल.'

✠

आपली आई, आजी किंवा शिक्षक आपण कसे वागलो तर नाराज होतात, कसे वागलो तर रागावतात, याचा अंदाज मुलांना आलेला असतो. त्यामुळे ते एखाद्या प्रश्नाने आधीच सावध होऊन खोटं बोलू पाहतात. मुलं खोटं बोलत आहेत, हे लक्षात आल्यावर त्यांना न रागवता किंवा ओरडता योग्य प्रकारे विषय वळवला तर मुलं पुढच्या वेळी खडू घेताना विचार करतील. 'मी खडू घेतला तर आई रागावते / मारते,' असा विचार न करता मी खडू घेतला तर ज्याचा तो आहे त्याला कसं वाटेल, याचा विचार त्यांच्या मनात आला आणि उचललेला खडू तिथेच ठेवून मुलं परतली, तर जिंकले त्यांचे आई-बाबा!

आपण डबा खाल्लेलाच नाही हे आईला कळलंसुद्धा नाही. पण ती दोघींसाठी आवडीच्या भाजीचा डबा देणार आहे, यामुळे मुलं खूश होतात.

नावडती भाजी डब्यात दिली म्हणजे मुलं आपसूक खातील हा बऱ्याच पालकांचा गोड गैरसमज असतो. न आवडलेला डबा एकतर मुलं वाटून टाकतात किंवा सरळ शाळेजवळच्या कुत्र्याला खाऊ घालतात किंवा सरळ नाकारतात. त्यापेक्षा नावडत्या भाजीचे प्रयोग आपल्यासमोर घरी करावेत.

✠

पोकळ धमकीला उत्तर देण्याचं वय

'तू मला खूप त्रास देतोस ना, म्हणून मी आता कुठेतरी निघून जाणार आहे. मग तू इथे एकटाच राहा हां...'

'नको आई, नको. मी एकटा नाही राहणार. तुला त्रास नाही देणार. कधीच नाही... तू जाऊ नकोस कुठेच!'

कित्येक आई-बाबा मुलांना अशा धमक्या देतात. ज्या लहानपणी मुलांना १००% खऱ्याच वाटतात. त्या वयात या धमक्यांमुळे त्यांना असुरक्षित वाटतं. हळूहळू त्यातला फोलपणा त्यांना कळतो. यातून चिमुरडी मुलं हेच बोलायला शिकतात.

'मी तुला सोडून जाईन. कायमचं मित्राकडे / मैत्रिणीकडे राहायला जाईन. त्याची / तिची आई सांभाळेल मला.', 'मी मरून जाईन.' अशी वाक्यं सात-आठ वर्षांची मुलं बोलतात.

✠

शिंगं फुटण्याचं वय

'तू मुळीच अभ्यास करत नाहीस. परीक्षेत चांगले गुण मिळवत नाहीस. त्यामुळे मला वाईट वाटतं. तुझ्या वर्गासमोर माझा अपमान होतो. जा निघून इथून! गुण मिळवलेस तरच मला तुझं कौतुक आहे, नाहीतर मुळीच नाही. तुझ्यापेक्षा तुझी बहीण बरी!'

असे बोल आई-बाबा आपल्या प्रिय मुलांना ऐकवतात. मुलांनी अभ्यासाला लागावं हेच यातून सांगायचं आहे आणि त्यातून आपल्या मुलांचं भलं व्हावं हीच एकमेव त्यांची अपेक्षा असते. पण मुलं हा संदेश असाच घेतील असं नाही. आपल्यामुळे आई-बाबा दुःखी आहेत, आपणच याला कारणीभूत आहोत, असा विचार करून संवेदनशील मुलं चुकीचं पाऊल उचलू शकतात. 'अभ्यास कर' असा संदेश द्यायचा असेल तर थेट तसाच आणि योग्य भाषेत, तर्कसंगत संदेश द्यावा, वास्तविक अभ्यासातल्या अडचणी कशा सुटतील हे बघावं. त्यात उगाच नाट्यमयता किंवा मानापमान कशाला आणायचे? गुण हे मुलांच्या असण्यापेक्षा जास्त महत्त्वाचे आहेत का?

✠

शिंगं फुटलेल्या वयात

'.......................'

ज्या आया आपल्या मुलांचं किंवा मुलीचं स्टेटस नेहमी-नेहमी चेक करून नंतर त्यांना शंभर प्रश्न विचारतात, बोलतात, त्या आयांना त्यांच्या मुलांनी आणि मुलींनी ब्लॉक केलं आहे, हे ढळढळीत सत्य आहे!

✠

संवाद संपल्याची आणि काऊने मुलांनाच आपल्यापासून दूर नेल्याची ही एकतर्फी खूण नाही ना?

जर असेल तर कट्ट्यावर जमणाऱ्या समस्तांनी आपला छान संवाद आणि तोही दुतर्फा (!) चालू आहे ना, याची कृपया खात्री करून घ्यावी.

✠

- ❐ एखादं चांगलं काम केल्यावर, शिस्तीचं काम केल्यावर, दुसऱ्याला आपणहून मदत केल्यावर कौतुकाची थाप पडायला हवी किंवा किमान नजरेतून कौतुक व्यक्त करायला पाहिजे. यातून प्रेम निर्माण होतं.
- ❐ कधी-कधी मुलं वाढीच्या आणि विकासाच्या एका टप्प्यावरून पुढे जातात. आई-बाबा मात्र मुलांना लहान समजून तिथेच राहतात. यामुळे कुरकुर होते. आई-बाबांनीसुद्धा मुलांबरोबर 'वाढलं' पाहिजे. म्हणजे कुरकुर कमी होऊन प्रेम वाढेल.
- ❐ जिथे भीती असते, तिथे प्रेम नसतं. आपल्या मुलांच्या मनात आपल्याबद्दल नक्की काय आहे, याचा शोध घ्या.

कौतुक

'बाळाला सारखं मांडीवर घेऊन बसू नका; नाहीतर त्याला मांडीची सवय लागेल आणि सुटणार नाही.'

'उगाच कौतुक करत बसू नका; नाहीतर एक दिवस डोक्यावर बसेल आणि मिरे वाटेल.'

असे संवाद आपण अनेकदा ऐकले आहेत. थोडक्यात काय; मुलांचं कौतुक केलं तर ती शेफारून जातील हा विचार करायला आपल्याला कोणीतरी शिकवतं आणि मग आपण खूपच मोजूनमापून मुलांचं कौतुक करायला लागतो.

काही घरांमध्ये मात्र खरोखरच या कौतुकाचा अतिरेकी उपयोग करतात आणि मग जात-येता कौतुक, सारखंच समोर कौतुक, सोशल मीडियावर कौतुक केल्यामुळे मुलं शेफारून जाणारच आणि प्रत्येक वेळेला आपलं कौतुक झालंच पाहिजे अशा हट्टाला पेटतात, यातून त्यांच्या व्यक्तिमत्त्वाच्या वेगळ्या समस्या निर्माण होतात. तर, काही घरं या उलट असतात. मुलं स्वतःतले बावनकशी गुण दाखवतात, आपली हुशारी दाखवतात, सर्जनशीलता दाखवतात, तरीही त्यांच्या वाट्याला चमचाभर कौतुकसुद्धा येत नाही. अशी मुलं केवळ कौतुकालाच नव्हे, तर प्रेमालासुद्धा पारखी होत आहेत का, असं वाटतं.

एखादं चांगलं काम केल्यावर, शिस्तीचं काम केल्यावर, दुसऱ्याला आपणहून मदत केल्यावर कौतुकाची थाप किंवा नजरेची पावती तरी द्यायला पाहिजे. कारण यामुळे त्यांना कसं वागायचं आहे याची सकारात्मक दिशा मिळते.

✠

आई-बाबा आणि मूल या नात्याचा पाया स्थिर असतो, असंच मानलं जातं. मात्र असं असलं तरी त्यात अनेकदा तरंग उठत असतात. कधी हे तरंग अलोट प्रेमाचे असतात, एकमेकांना वाटणाऱ्या परस्परांविषयीच्या अभिमानाचे असतात, तर कधी हतबलतेचेही असतात. जसजशी मुलं मोठी होतील तसतसं आई-बाबांनी स्वत:त डोकावण्याची गरज आहे. स्वत:ला 'अपग्रेड' करत राहण्याची गरज आहे.

मात्र, त्यासाठी सर्वांत जास्त गरज आहे ते मुलांच्या वाढीचे टप्पे लक्षात घेण्याची. कारण मुलं सतत बदलत असतात. त्यांच्या मेंदूतल्या शिकणाऱ्या पेशी म्हणजे न्यूरॉन्सच्या जोडण्या दर अनुभवागणिक होत असतात. प्रत्येक नवा अनुभव त्यांना 'अनुभवी' करत असतो, मोठं करत असतो. त्यांच्या मनात, वागण्यात, विचारात बदल घडवून आणत असतो. हे कधीच आणि मुलांच्या कोणत्याही वयात विसरून चालणार नाही.

ते लक्षात घेऊन स्वत:त बदल केले आणि त्यांनाही वयानुसार बदल करायला शिकवलं तर आयुष्य अवघड होणार नाही.

याची सुरुवात अगदी लहानपासून म्हणजे बाळाला स्वत:च्या हाताने काही करून बघायचं असतं तेव्हापासून होते.

स्वावलंबन

मूल लहान असतं तेव्हा प्रत्येक गोष्टीत त्याची धडपड चालू असते.

'मी माझ्या हाताने करणार. तू नको.'

'मी माझे बूट घालणार. तू नाही घालायचे.'

असे संवाद आपल्याला नेहमीच ऐकू असतं. या वादावादीत कधी मुलं जिंकतात तर कधी आई-बाबा. आई-बाबा म्हणत असतात, 'मला मदत करू दे.', 'तुला नाही जमणार.' किंवा 'तू गोंधळ घालून ठेवशील.' 'उशीर होतोय हां, मीच करणार.'

दोन ते चार या वयाच्या दरम्यान मुलांना प्रत्येक गोष्ट स्वत:ची स्वत: करायची असते. स्वत:चे कपडे स्वत: घालणं, हाताने जेवणं, रस्त्यावरून हात न धरता चालणं असं बरंच. आई-बाबांना मात्र मुलांची ही सगळी कामं पटापटा आणि सराईतपणे हातावेगळी करायची सवय झालेली असते, त्यामुळे 'मी भरवते / भरवतो, तू जेव.' हेच आपल्याला सोपं वाटत असतं. मुलांना रस्त्यावरून सुटं चालायचं असतं, पण आपण ते करू देत नाही. कारण आपल्याला त्यांची सुरक्षितता महत्त्वाची असते आणि मुलांना त्यातल्या धोक्याची जाणीवही नसते.

आठ-नऊ वर्षांचे झाल्यावर सायकल शिकल्यावर सायकल घेऊन त्यांना रस्त्यावर जायचं असतं. शहरी भागात, वाहतुकीच्या रस्त्यांवर सायकलवरून एकटं सोडायला

आई-बाबांचा धीर होत नाही. पण मूल आपला हट्ट सोडत नाही. मग आई-बाबा कधी चालत, तर कधी आपली गाडी घेऊन त्यांच्या पाठीमागे जातात. कारण काळजी घेणं हे आई-बाबांचं प्रथम कर्तव्यच असतं.

मुलांच्या वाढीचे असे अनेक लहानमोठे टप्पे असतात. काही टप्पे अगदी सहजतेने ओलांडले जातात, तर काही टप्पे गाठताना बरीचशी कुरकुर होते.

अशा अनेक टप्प्यांबद्दल बोलावं तितकं थोडं आहे. आई-बाबांचा स्वभाव कसा आहे, यावर ही कुरकुर कशी होणार आणि ती कुरकुर कशी मिटणार, हे अवलंबून असतं. समजा, मुलाला किंवा मुलीला गिर्यारोहणाला जायचं असतं. कधी बाबा हळवा असतो आणि आई साहसी असते. मुलांना बाहेरच्या जगाचे अनुभव आलेच पाहिजेत, असं म्हणून ती खंबीरपणे पाठीशी उभी राहते आणि बाबा काळजी करत राहतो. तर, कधी 'काय ही एवढ्यातेवढ्यावरून काळजी करत बसते. या वयात असल्या शिबिरांना जाणार नाही, तर कधी जाणार?' असं आपण म्हणतो. मुलांना पाठवलं मुलं खूश!

आई-बाबांचं विश्लेषण आणि हट्ट

वयाच्या तीन वर्षांपर्यंत आईचा स्टोल जराही न सोडणारं आणि तिची हक्काची मांडी हेच आपलं राजसिंहासन असल्याच्या थाटात गुर्मीत वावरणारं हे छोटुकलं हळूहळू तिच्याकडून आपल्या सगळ्या मागण्या मान्य करून घ्यायला शिकतं. काही घरात आई कडक असते आणि बाबा मुलांचं ऐकणारा असतो. अशा वेळी दोघांपैकी नक्की कोणावर राज्य गाजवायचं हे सर्वच्या सर्व मुलामुलींना नीट कळतं. कोणाकडे, कशा, कधी मागण्या केल्या म्हणजे आपल्या मनासारखं होईल, हा पालकांच्या मानसिकतेचा अभ्यास मुलांचा कधीच तयार असतो. साधारणपणे तिसरी-चौथीत इतिहास-भूगोल शिकतानाच या अभ्यासाची पदवी मुलं घेतात.

जसजशी ती नववी-दहावीपर्यंत पोहोचतात, तसंतसं पालकांच्या मानसिकतेचे पोस्ट ग्रॅज्युएशन पूर्ण करून मुलं पीएच.डी.चा अभ्यास सुरू करतात; आणि कनवाळू पालक मात्र आपलं मूल अजून लहानच आहे, असं समजत असतात. अशा प्रकारे स्वतःच्या बुद्धीच्या आणि अस्सल अनुभवांच्या जोरावर आपलं छोटुकलं वयाच्या दहा-बारा वर्षांपर्यंत अख्ख्या घरादारावरच राज्य गाजवायला सुरुवात करतं. आई-बाबांना मुलांच्या शारीरिक-बौद्धिक विकासाचे टप्पे लक्षात येतात, कारण त्यासाठी ते खरोखरंच खूप मेहनत घेत असतात, पण हे मानसिक विकासाचे टप्पे कधी-कधी लक्षात येत नाही.

तेराच्या आसपास मूल टीन-एजमध्ये पदार्पण करतं झालं की अधेमधे वादळाचे तडाखेही बसायला लागतात. टीन-एजला 'वादळी काळ' असं म्हटलं जातं, म्हणून इथे वादळ हा शब्द वापरला आहे. आणि वादळ हे तडाखे देण्यासाठीच असतं.

हे वादळ काही काळापुरतंच असतं. ते जसं सुरू होतं तसं आपोआप शमतंही! त्याप्रमाणे वयाचं वादळही आपोआप शमतं. पण होतं काय; की मुलांच्या या वादळात घरातल्या सगळ्यांच्या नौका आपापला मार्ग सोडतात. त्या विसकटतात... उसळतात... भिरभिरतात... हेलकावे खातात. यातून मोठमोठी गलबतंही सुटत नाहीत, तर छोट्या नावांचं काय होत असेल! बहुतांशी छोट्या नावांना वाटतं, आता संपलं सारं! आत्तापर्यंत वाहत आणलेली नाव आता बुडणार की काय? पण, तसं होत नाही. वादळ येणार आहे हे आपल्याला चांगलंच माहीत आहे. त्याची तीव्रता किती असेल हे आपल्याला आधी माहीत नाही, असं गृहीत धरू. कदाचित वादळ येणारही नाही किंवा अगदी हलक्या स्वरूपाचं असेल. मात्र, आजकालचं बेभरवशाचं हवामान बघता काळजी घेणं केव्हाही चांगलंच!

'वेळीच घातलेला एक टाका पुढचे नऊ टाके वाचवतो' या मूळ इंग्लिश म्हणीनुसार, काळजी घेणं आवश्यक आहे. मग, अशी काळजी कधी घ्यायची? अर्थातच, वादळ सुरू झाल्यावर नाही. ऐन वादळात नाव रेटायची ठरवली तर काय होईल हे वेगळं सांगायला नकोच! म्हणून काळजी ही नेहमी वातावरण शांत असतानाच घ्यायची असते. ती जितकी आधीपासून घेऊ तेवढं चांगलंच!

गेल्या काही वर्षांत शेकडो पालकांशी बोलल्यानंतर आणि त्यांचे अनुभव ऐकल्यानंतर लक्षात आलेल्या अनेक गोष्टींपैकी एक महत्त्वाची गोष्ट सांगावीशी वाटते, ती ही की, आपल्या गोड-गोंडस-निरागस मुलांच्या वाढीचा हा टीन-एज टप्पा आई-बाबांना हलवून सोडतो. कधी-कधी हादरवून टाकतो. या मुलांना आई-बाबा तर नीट माहीत असतातच; पण त्यांचे वीक पॉईंट्ससुद्धा! तुम्ही यापूर्वीच्या वाढीच्या टप्प्यावर काय आणि कशी जोपासना केली आहे यावर आणि यावरच अनेक गोष्टी अवलंबून असतात. म्हणून शून्य ते तेरा या वयात आई, बाबा आणि मूल हा त्रिकोण पक्का आहे ना, याची खात्री करून घ्या. पक्का नसेल तर आधी कामाला लागा.

साथ साथ

हे सांगण्याचं कारण म्हणजे अंतर पडणं हे वाईटच! मग ते कोणातही का असेना! म्हणून शक्यतो हात हातात हवेत. पाश्चात्त्य संस्कृतीत मूल चौदा-पंधराव्या वर्षी आई-बाबांपासून सुटं व्हायला लागतं. आपल्याकडे अजून ती परिस्थिती नाही. याचा अर्थ घराघरांमधलं वातावरण अगदीच गुण्यागोविंदाचं असतं असंही नाही.

कित्येक घरांमध्ये आई-बाबा म्हणतात ते, आणि मुलांना वाटतं ते, यामध्ये भलंमोठं अंतर पडतं. मनात येणारे विचार आई-बाबांना 'असलं काही' आवडणार नाही, हे लक्षात येऊन मुलं बोलतच नाहीत. 'त्यांना आवडणार नाही' याच कारणासाठी मुलं

आई-बाबांपासून कित्येक गोष्टी लपवू बघतात. मैत्री लपवतात, क्लास बुडवणं लपवतात, हिंडणं-फिरणं लपवतात, यामुळेच धोका वाढतो. इथे एक गोष्ट लक्षात घ्यायला पाहिजे, मुलं आई-बाबांना आवडत नाही म्हणून ती गोष्ट लपवतात, करायची थांबवत नाहीत. याला कारण कदाचित त्यांना 'थ्रिल हवं' हे असेल, गंमत असेल. पण मुलं हे करतात, हे नक्की!

यातून पुढे वाईट संगत, व्यसनं यांचा धोका निर्माण होऊ शकतो.

असा कोणताही धोका निर्माण होऊ द्यायचा नसेल तर सगळं काही आई-बाबांना सांगावं, असा मुलांच्या मनात विश्वास पाहिजे.

दुसरीकडे आई-बाबांना असं वाटतं, की मुलांना सावधगिरीच्या ढीगभर सूचना द्याव्यात. 'तुझ्यावर विश्वास आहेच, पण जगावर नाही.' हे म्हणणं पालकांनी मुलां-मुलींपर्यंत पोहोचवायला हवं.

आई-बाबा आणि मूल यांच्यामध्ये विश्वासाची भावना असणं ही एक नैसर्गिक गोष्ट आहे. हा विश्वास वेळोवेळी व्यक्त करावा लागतो, तरच मुलं आपल्याशी मोकळी होण्याचा निदान विचार तरी करतील. मुलांनी आपल्याशी येऊन बोलावं यासाठी पालकपणाची झूल थोडी बाजूला सरकवून आपल्याला त्यांचे मित्र-मैत्रीण बनावं लागेल.

मुलं आणि पालक एकमेकांशी मन मोकळं करत असतील तेव्हा दोघांनीही अतिशय शांतपणे प्रतिक्रिया द्यायला हवी. सिनेमातल्या पारंपरिक आई-बाबांसारखी प्रतिक्रिया द्यावीशी वाटेल. पण चिडून - संतापून बोललात तर हा संवाद संपू शकतो. मैत्री टिकवायचा आपला प्रयत्न आहे. तो चालू ठेवायचा आहे.

महत्त्वाचं

पालकांची भीती वाटते, म्हणूनच मुलं घरात येऊन बोलत नाहीत. आपला दृष्टिकोन खूप कडक नाही ना, हे तपासून बघायला हवं. कोणताही निर्णय घेताना मुलांना आणि मुलींना त्या निर्णयाच्या जास्तीत जास्त पैलूंकडे बघायला लावा. प्रत्येक गोष्टीचा विचार करायला लावा. गाईडसारखे रेडिमेड उपदेश नकोत. चांगल्या आणि वाईट गोष्टींची चर्चा करायला हवी. त्यातूनच मार्ग सापडेल. हा मार्ग त्यांचा त्यांना सापडला तर ते त्याप्रमाणे वागतील. नाहीतर तो धुडकावून लावण्याचीच शक्यताच जास्त!

स्वतंत्र व्यक्तिमत्त्व आकार घेतंय

मुलं स्वतंत्र होऊ बघताहेत. त्यांचे प्रश्नही तितक्याच नाजूकपणे सोडवले गेले तर ते सर्वांच्याच दृष्टीने योग्य ठरेल. परंतु अजूनही बऱ्याच घरांमध्ये मुलांच्या बदलत्या आणि स्वतंत्र व्यक्तिमत्त्वालाच स्वीकारलेलं नसतं. आम्ही म्हणू ते करायचं, अशी हुकूमशाही असते.

एकमेकांचं ऐकून घेणं आणि स्वीकारणं म्हणजे दुसऱ्याची मनमानी सहन करणं असं नाही. तर, जे काही चालू आहे, त्याबद्दल बोलत राहणं, जाणून घेणं, अंतर कमी करणं.

शेवटी पालक आणि मुलं यांची दिशा एकच! स्वतंत्र निर्णय घेऊ बघतात, म्हणून त्यांचं एकदम शत्रूत रूपांतर होत नाही. हा गुंता विचारांनी सोडवणं महत्त्वाचं!

मुलं जसजशी मोठी होतात, तसतसं त्यांचं क्षेत्र व्यापक होतं. अशा वेळेस मुलं आपल्यापासून दुरावताहेत की काय, अशी शंका पालकांच्या मनात येते. मुलं आपल्यापासून लांब जाऊ नयेत, म्हणून ते त्यांना जवळ ठेवण्याचा प्रयत्न करतात. पण त्यांच्या या प्रयत्नात मुलं अजूनच लांब जातात, तुटतात. मुलांना वाटतं, माझं काहीच हे समजून घेत नाहीत. तर पालकांना वाटतं, आम्ही इतकं करतो, तरी मुलं आमच्याशी अशी का वागतात?

मुलं जवळ असावीत असं वाटत असेल तर आपलं वर्तुळ मोठं करायला हवंय.

दोन कुटुंबांनी यावर पुढीलप्रमाणे उपाय काढला आहे. मुलांना शिंगं फुटली की ते आई-बाबांमधले दोष काढायला लागतात, त्यांच्या तक्रारी वाढतात. यातून भांडणं आणि पुढे विसंवाद निर्माण होतात. हे सर्व होण्यापेक्षा मुलांच्या मनातलं न घाबरता पालकांशी बोलता आलं तर पुढचे अनेक प्रश्न मिटतील. यासाठी एका कुटुंबाने दर रविवारी सकाळची वेळ घरच्यांच्या मीटिंगसाठी ठेवली आहे. घरातले सर्व जण एकत्र बसून या आठवड्यात काय झालं याचा आढावा घेतात आणि पुढच्या आठवड्यात काय करायचं हे ठरवतात. त्या वेळी खटकलेल्या गोष्टीही एकमेकांना सांगतात. त्यामुळे मनं स्वच्छ होऊन पुढची दिशा ठरवणं सोपं जातं. भांडणातून मुद्दे बाहेर पडण्याऐवजी ज्या त्या वेळी, मनात साठून न ठेवता आणि शांतपणे बाहेर पडतात. याचा फायदा कुटुंबाला नक्कीच होतो.

दुसऱ्या एका उदाहरणात एका कुटुंबाने विशिष्ट ठिकाणी एक पारदर्शक फोल्डर ठेवलं आहे. जेव्हा एकमेकांना काही सांगायचय, पण भीती वाटते आहे अशी परिस्थिती असते, तेव्हा त्या व्यक्तीच्या नावे पत्र लिहून फोल्डरमध्ये ठेवलं जातं. ज्याच्या नावाने पत्र असेल, तीच व्यक्ती ते पत्र वाचते. अशा पद्धतीने मन मोकळं करण्याच्या काही पद्धती विचारी कुटुंबांनी तयार केल्या आहेत.

आपल्या घराने असे काही उपाय शोधले आहेत का? ते यशस्वी ठरले आहेत का?

जर मोठ्यांसमोर एखादा प्रश्न उभा राहिला. त्यांना तो सोडवता येत नसेल तर ते आई-बाबा एकमेकांशी बोलतात, मित्र-मैत्रिणींशी बोलतात. त्या विषयावरची पुस्तकं वाचतात किंवा व्यावसायिक कन्सलटंटची मदत घेतात. एकमेकांशी नुसतं बोलूनही त्यांचा ताण बराचसा कमी होतो. प्रश्न सुटण्याच्या दृष्टीने काही मार्ग सापडतो.

वयात येणाऱ्या मुलामुलींसमोर मात्र असे कोणतेही उपाय नसतात. मुलंमुली शक्यतो आपल्या आई-बाबांबद्दल कोणाशी वाईट बोलत नाहीत. आपले प्रश्न शक्यतो मित्रमैत्रिणींसमोर, नातेवाइकांसमोर मांडत नाहीत. पुस्तकं वाचून, गुगल सर्च करून आपल्या प्रश्नांची उत्तरं शोधत नाहीत. त्यांनाही विविध प्रकारचे ताण असतात. खूप सारे गोंधळ मनात, शरीरात असतात. पण ते कोणाशीच बोलत नाहीत. समुपदेशकाकडे जावं वगैरे तर त्यांना सुचतही नाही. ते एकटेच सहन करत राहतात. अक्षरशः एकटेच! आपण खूप शूरवीर असण्याचा आव बाहेरून आणतात. त्यांचं मन मात्र अस्थिर, अस्वस्थ असतं.

अशा वेळी एखाद्या प्रसंगात घरात भांडणं सुरू होतात. सगळ्यांचाच पारा चढतो. मुलांच्या उर्मट-उद्धट शब्दांचा पालकांना मनस्ताप होतो. दुसरीकडे मुलांमध्ये साठून राहिलेल्या ताणाचा अचानक स्फोट होतो. मुलं एकदम काहीतरी चुकीचं बोलून जातात. घरानं कधी न ऐकलेल्या शिव्या या स्फोटात बाहेर पडतात. आाईबाबांना अपमानास्पद वाटतील असे उद्‌गार ज्वालामुखीसारखे बाहेर पडतात. आणि यामध्ये राख होते ती सगळ्यांच्याच भावनांची!

यातून बाहेर पडणं सोपं नसतं. हा अवघड प्रसंग आपलं प्रेम, लाड, आदर, कौतुक यांच्या कसोटीचा असतो. ताणाच्या या स्फोटानंतरची परिस्थिती हाताळणं हेच खूप महत्त्वाचं असतं. कटुतेतून फक्त कटुताच जन्माला येते.

निदान त्या क्षणी डोक्यावर बर्फ ठेवून कटुतेला वळसा घालून पुन्हा त्याच जागेवर यावं, म्हणजे अंतर पडत नाही.

हे अवजड शिवधनुष्य तुम्ही कधी-कधी यशस्वीपणे पेललंय?

■■■

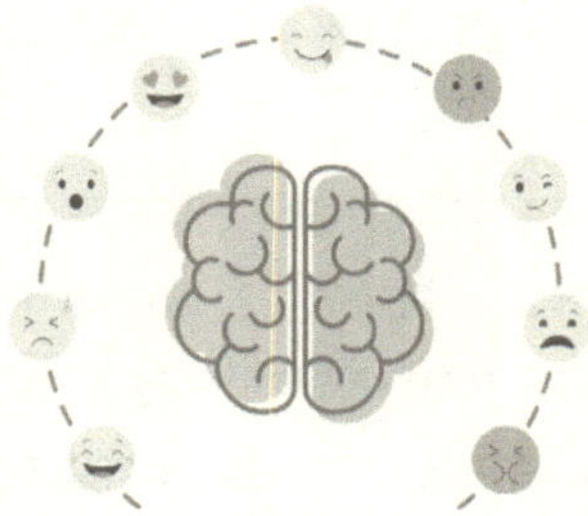

विश्वासाचं मोठं बळ

विश्वास हवा, भीती नको
आपलेपणा हवा, दुरावा नको

मुलांमध्ये झालेले बारीकसारीक बदल त्यांच्या जवळ असणाऱ्यांना कळू शकतात. मुलांना शांतपणे जवळ घेऊन, त्यांच्यावर शंभर टक्के विश्वास दाखवून– हा विश्वास आपल्या शब्दांतून आणि स्पर्शामधून व्यक्त होतो– त्यांना बोलतं केलं, तर मुलं आई-बाबांपाशी मोकळी होतील. आणि हेच तर आपल्याला हवं आहे!

त्रास सहन करणं हा उपाय नसतो. सकारात्मक राहून त्रासावर उपाय शोधणं आणि तो करणं, हा उपाय असतो.

आपल्या 'अव्यक्त' लहानग्यांच्या बाबतीत हा उपाय करायला हवा.

'मला आत्ता कसला तरी त्रास होतो आहे.' आणि 'मला आत्ता कशाने तरी छान वाटतं आहे.' अशा प्रकारच्या भावना नुकत्याच जन्मलेल्या मुलांच्या मनामध्येसुद्धा असतात.

म्हणून तर मुलं थंडी वाजायला लागली, दुपटं ओलं झालं की रडायला लागतात. याचा अर्थ ते तक्रार करत असतात.

जेव्हा ते छान असतात, त्यांना बरं वाटत असतं, तेव्हा ती शांत असतात.

'रडणं' किंवा 'शांत असणं' ही बोलता येण्यापूर्वीची मुलांची भाषा असते. ते त्यातून खूप काही सांगत असतात.

दोन-अडीच वर्षांनंतर मुलं हळूहळू बोलू लागतात. त्यात त्यांचा राग असेल, प्रेम असेल, काळजी असेल. त्यांच्या दृष्टीने हे सगळं जग नवं असतं. त्यातून त्यांना खूप प्रश्न पडत असतात. मुलं शब्दांतून नव्हे, तर नजरेतून बोलतात. हेच त्यांचं व्यक्त होणं असतं.

आई आपल्याला सोडून कुठेतरी जाणार आहे हे कळल्यावर ते अस्वस्थ होतं. अशा तीव्र भावना आईबद्दल जास्त असतात. याचं कारण नऊ महिने बाळ पोटात असताना आईचाच आवाज त्याला स्पष्टपणे ऐकू येत असतो. या आवाजाचा त्याला फार आधार असतो. या आवाजामुळेच 'इथे मी सुरक्षित आहे' अशी भावना निर्माण होत असते. बाळ आईला सोडत नाही, ते यासाठीच. 'मला सोडून जाऊ नकोस. तू मला हवी आहेस', हे विविध प्रकारे सांगण्याचा ते मूल आटोकाट प्रयत्न करतं.

आपली आई आपल्याला रोजच सोडून जाणार आहे हे त्याला समजेपर्यंत वेळ जातो. मूल जिथे असतं तिथे ते सुखात, आनंदात असतं; तरीसुद्धा मनाच्या एका कोपऱ्यात ते आईची वाट बघत असतं. आई दिसली की त्याला जगावेगळा आनंद होतो. इतका आनंद मूल व्यक्त करतं, याचं कारणच हे, की मनातल्या मनात आई जवळ नसल्याची खंत आहे, दुःख आहे, काळजी आहे आणि म्हणूनच आई दिसल्यावर ते सगळं दुःख आणि असुरक्षितता निघून जाते आणि आनंदाचं भरतं येतं. काही वेळानं आईला सोडून मूल इकडेतिकडे जातं. पण आता त्याला सुरक्षित वाटत असतं.

अनेकदा आपण बघतो की, अगदी छोटी दोन-तीन वर्षांची मुलंसुद्धा त्यांच्या मनावर परिणाम करून घेतात, ते त्यांच्या शारीरिक परिणामांवरून दिसून येतं. त्यांना काय हवं आहे, त्यांना काय म्हणायचं आहे, हे ते सांगू शकत नाहीत. पण त्यांचं घटलेलं वजन, अचानक बदललेल्या सवयी, खूप रडणं, इतर कोणाकडे न जाणं, आपल्या माणसांना चिकटून बसणं या वागण्यातून त्यांना काय म्हणायचं आहे हे आपल्याला समजून घेता यायला हवं. म्हणून, लहान असल्यापासूनच मुलांशी भरपूर बोलायला हवं. कधी-कधी त्यांना सगळे शब्द समजले नाहीत तरीसुद्धा त्यामागची भावना कळते.

दडपण घड्याळाचं

एका लहानशा मुलीचा हा बोलका किस्सा. बालवाडीत जाणारी ही छोटीशी मुलगी. बहुतेक सगळ्या बालवाड्या सकाळच्या लवकरच्या वेळात असतात. त्यामुळे वेळेत उठून, खाऊन-पिऊन, अंघोळ करून, पटापटा आवरायचं. शिस्तीत सगळा साज चढवून— उदाहरणार्थ, युनिफॉर्म, हेअरबँड, शूज, बेल्ट, बॅच, टिफीन, वॉटर बॉटल इत्यादी असा—

सगळा इंग्रजी सरंजाम घेऊन स्कूलबसच्या वेळेआधी घराबाहेर पडणं, ही गोष्ट फार अवघड असते. घराघरांमध्ये त्या वेळी एक युद्ध चाललेलं असतं. घरात एक मूल असेल तरी ही वेळ अटीतटीची असते. दोन मुलं एकाच वेळेला आवरून बाहेर पडणार असतील तर या दंग्याला पारावार राहत नाही. आई-बाबा वेळेशी स्पर्धा करत मुलांचं आटपत असतात, रागवत - ओरडत असतात. या गंभीर प्रसंगात मुलांना कुठेही रेंगाळायची परवानगी नसते. तसं झालं तर धपाटा मिळतो. रडारडी सुरू झाली की मग सगळ्यालाच उशीर होतो.

एक दिवस या मुलीला आईने सकाळी उठवलं आणि खुर्चीवर ठेवलं. तशी ती जोरजोरात रडायला लागली. 'काय झालं' विचारलं तर अजूनच भोकाड पसरून रडायला लागली. रडत-रडत तिने घड्याळाकडे बोट दाखवलं. तिला कसंबसं शांत केलं. दुसऱ्या दिवशी शाळेत जायची वेळ आली तेव्हा तिने कालच्यासारखंच वागणं पुन्हा सुरू केलं. त्या वेळी घरच्यांना कळलं की ती काय सांगायचा प्रयत्न करत आहे.

एरवी आपली आई आपल्याशी चांगलं वागते आणि शाळेत जाताना अशी का वागते, हे तिला कसं समजणार? तिला अजूनही 'वेळ' म्हणजे नक्की काय असतं, हेच माहीत नाही; तर वेळेवर आवरणं आणि वेळेवर पोहोचणं यातलं दडपण तिला कसं कळणार? तिला एवढंच कळलं होतं की आपली आई सारखी घड्याळाकडे पाहते. घड्याळाकडे बोट दाखवत रागावते - ओरडते - मारते. शाळेची बस कशासाठी येते, आपल्यामुळे इतर लोकांना उशीर होतो म्हणजे नक्की काय, या निरागस प्रश्नांची उत्तरं तिला कशी समजवणार? या वयात घड्याळ हा तिचा शत्रू झाला होता. कारण आई आपल्याला उगाचच त्रास देते ते या घड्याळामुळे, असा तिचा समज झाला होता.

मुलांच्या मनातली ही अव्यक्त भीती तुम्हांला कधी जाणवली आहे का? त्या संदर्भात तुम्ही कधी काही केलं आहे?

हे झालं खूपच लहान मुलांविषयी. पण, बोलता येऊनही न बोलणाऱ्या मुलांच्या मनातलंसुद्धा काही कळत नाही. अशा वेळी त्यांच्या चेहऱ्यावरून, त्यांच्या वागण्यावरून ते जाणून घ्यावं लागतं. एरवी खूप दंगा करणारा, छान बोलणारा चौथीतला एक मुलगा अचानक गप्प-गप्प राहू लागला. त्याच्यामधला बदल लक्षात येण्यासाठी खूप दिवस गेले. कारण तो घरी काहीही बोलत नव्हता. याचं कारण, त्याच्यापेक्षा वयानं मोठा असलेला सातवीतला एक मुलगा उगाचच त्याला बघून त्याच्या मनात भीती निर्माण होईल असे

हावभाव करत होता. त्याच्या या वागण्यामुळे चौथीतला मुलगा पार भेदरून गेला होता. गुण कमी पडायला लागले या कारणासाठी शिक्षकांनी त्याला शाळेतल्या मानसतज्ज्ञांकडे पाठवलं, तेव्हा याचा उलगडा झाला.

अस्वस्थता

असं वाटेल, की त्याने याबद्दल आधी सांगितलं का नाही? घरी किंवा शाळेत, शिक्षकांना, कोणालातरी सांगितलं असतं तर हा प्रश्न निर्माणच झाला नसता. अशा वेळी त्या मुलाच्या मनाची भावनिक अवस्था आपण समजून घ्यायला हवी. त्याला सांगावंसं का वाटलं नाही, याची अनेक कारणं असू शकतात. आपल्या मनातल्या भीतीच्या भावनांना कोणत्या शब्दात सांगायचं हा अत्यंत साधा प्रश्न मुलांना पडलेला असतो. दुसरं असं की, आई-बाबा आपल्यालाच रागवतील अशी भीती त्यांच्या मनात असते. असं कित्येक वेळा अनुभवाला आलेलं आहे. मुलं आई-बाबांना सांगत नाहीत, त्यांच्याशी मोकळेपणाने बोलत नाहीत आणि स्वतःला मात्र त्रास करून घेतात.

नकारात्मक भावनांचा पाडाव

आपलं घर सुखी, आनंदी, समाधानी असावं, घरातल्या सर्व लहानमोठ्या व्यक्तींनी एकमेकांशी मिळूनमिसळून राहावं, एकमेकांना मदत करावी, कधीही कोणीही एकमेकांवर आवाज चढवून बोलू नये, अशी प्रत्येकाची इच्छा असते. घरातले काही जण यासाठी फारच प्रयत्नशील असतात. ते नेहमीच घरात शांतता प्रस्थापित करण्याचा प्रयत्न करतात.

- 'आता घरात वाद निर्माण होणार' अशी चिन्हं दिसायला लागली की ही माणसं हातातलं काम सोडून वाद वाढू नये, याचा आधी प्रयत्न करतात.
- इतरांशी वाद होऊ नये आणि घराचं वातावरण बिघडू नये म्हणून आधीच पराभव पत्करतात. स्वतः शांत राहतात, दुसऱ्यांना शांत करतात. अशी माणसं स्वतःबरोबर घराच्या प्रगतीचा विचार करतात.
- घरच्यांच्या कानावरून चांगले विचार जावेत, चांगलेच मार्ग त्यांना दिसावेत, योग्य दिशा कळाव्यात, यासाठी अखंड प्रयत्नशील असतात.

अशा माणसांमध्ये कदाचित आई असते, कदाचित बाबा. कदाचित आजी किंवा आजोबा. एखाद्या घरामध्ये अकरावी-बारावीतलं जरा मोठं होत असलेलं मूलही घराचा - घरातल्या माणसांचा खूपच विचार करताना दिसतं.

अशा प्रयत्नांनंतरही घरामध्ये वादावादी होते, धुसफूस चालू होते. कोणाचंतरी घरातल्या इतरांशी मुळीच पटत नसतं. त्यामुळे चंद्र-सूर्यासारखे एक घरात आहे, तर दुसरा नाही; दुसरा गेल्यावरच पहिला घरात येणार हे ठरलेलं असतं. त्यामुळे घर आनंदी नसतं.

काही घरांमध्ये भीती ही भावना मोठ्या प्रमाणात दिसते. घरातल्या एक-दोन व्यक्ती इतरांच्या मनात भीती निर्माण करण्यात यशस्वी होतात. उदाहरणार्थ, बाबा. ते घरी आले की घरात कोणी कोणाशी बोलायचं नाही. टीव्ही मुकाटपणे त्यांच्या हवाली करायचा. सर्व गोष्टी त्यांच्या कलाने घ्यायच्या. त्यांना विचारल्याशिवाय कोणी काही करायचं नाही. अशी भीती काहींनी निर्माण करून ठेवलेली असते.

असं झालं नाही तर मुलांवरच नाही, तर बायकोवर हात उचलणारे अनेक महाभाग आजही आपल्या आसपास आहेत. आपलं घर बदनाम होऊ नये म्हणून याबद्दल बाहेर वाच्यता केली जात नाही. वास्तविक आपल्याला कल्पनाही येणार नाही असा घरगुती हिंसाचाराचा प्रकार कित्येक घरांमध्ये दबल्या पावलांनी चालू आहे.

काही घरांमध्ये उघडपणे हात उचलला जात नाही, पण वेगवेगळ्या प्रकारे घरच्यांना दहशतीखाली ठेवलं जातं. त्यांच्या प्रगतीच्या वाटा रोखल्या जातात. जास्त हसूनखेळून राहिलं तरी भुवया उंचावल्या जातात. अशा घरांमध्ये नकारात्मक भावना असतात. अशा घरातली माणसं सुखी कशी होणार?

अनादराचा किडा अनेक नात्यांना पोखरत जातो. चेष्टामस्करी, थट्टा कुठे संपते आणि इतरांना घालूनपाडून बोलणं कुठे सुरू होतं यात एक सीमारेषा आहे. आपल्या घरातल्या इतर माणसांच्या सवयी, त्यांना मिळालेलं अपयश याचा इतक्या वेळा आणि प्रत्येक वेळा जास्तीत जास्त वाईट पद्धतीने उल्लेख केला जातो, की लहान मुलांनाही हे लगेच समजतं.

- अशा वेळी काही घरांमधली मुलं ही ज्याच्या-जिच्याबद्दल सातत्याने अनादर व्यक्त होतो, त्यांना समजून घेऊन त्यांच्याशी जवळीक साधतात. अशा व्यक्तीबद्दल मुलांच्या मनात आत्मीयता निर्माण होते आणि वाईट बोलणाऱ्याबद्दल अनादर निर्माण होतो.
- काही घरांमध्ये याच्या बरोबर उलटं घडतं. ज्याच्या-जिच्याबद्दल सतत अनादर व्यक्त केला जातो, तिच्याबद्दल सगळेच अनादर व्यक्त करतात. परिणामी, ती व्यक्ती एकटी पडते. स्वत:च्या मनातलं योग्य शब्दांत मांडण्याचं कौशल्य तिच्याजवळ नसतं.

आपल्याच घरातल्या एका व्यक्तीला अनादराने वागवून सुखी घराचं चित्र पूर्ण होणार नाही. हे घरातल्या मोठ्या माणसांनी कायम लक्षात ठेवायला हवं.

जिव्हाळा तर हवाच!

आपल्या घरात परस्परांबद्दल जिव्हाळा वाटत नसेल तर याची कारणं शोधायला हवीत. केवळ वरवरची कारणं नाहीत, तर पूर्वीपासूनची कारणं शोधायला हवीत.

- ❐ सुरक्षितता मनात निर्माण होते, तेव्हाच विश्वास निर्माण होतो. आपल्याबद्दल मुलांना सुरक्षित भावना वाटते का, हे शोधायला हवं.
- ❐ घरातल्या सर्व लहानमोठ्यांनी एकमेकांशी मिळून-मिसळून राहावं, एकमेकांना मदत करावी, कधीही एकमेकांवर आवाज चढवून बोलू नये. यामुळे एकमेकांबद्दल विश्वास निर्माण होतो.
- ❐ आपण योग्य वर्तन करायला शिकलो तर मुलं आपलं बघून हळूहळू शिकतील. आपण त्यांच्यावर विश्वास ठेवला तर ते स्वत:वर, आई-बाबांवर आणि इतरांवर विश्वास ठेवायला शिकतील.

राग, वाद, भीती, अनादर, असमाधान; कोणाच्या आजारपणामुळे घरात निर्माण झालेली खिन्नता; मूल वयात येत असताना उडणारे खटके; नोकरी-व्यवसायात खूप जास्त लक्ष दिल्यामुळे लहानग्यांची आपल्याकडून होत असणारी परवड; त्यातून मनात येणारी अपराधभावना; आर्थिक चिंतांमुळे झाकोळलेलं वर्तमान; आपल्या हुशार मुलांना खूप काही द्यायचं असूनही देऊ शकत नाही या चिंतेनं ग्रासलेले आई-बाबा; वाढत्या वयातल्या मुलांच्या चंगळवृत्तीपुढे हतबल असणारे आई-बाबा; आपली मुलं योग्य दिशेला जात नाहीयेत, त्यांची दिशा चुकत असल्याचे दिसते आहे, पण काय करावं हे न समजणारे आणि त्या सगळ्याचा ताण स्वत:च्या जिवावर घेऊन प्रकृतीवर परिणाम करून घेणारे आई-बाबा; घरात अभ्यास करणारी मुलं आहेत हे माहीत असूनही स्वत:च्या भांडणांचा आवाज वाढवणारी अशी माणसंही आहेत.

कधी-कधी तर मोठी माणसंच अत्यंत बालिशपणे घरात वावरत असतात. अशा वेळी 'आपण मोठे झालो आहोत म्हणजे नक्की काय,' असा प्रश्न त्यांनी स्वत:लाच विचारावा.

प्रेमळ, विश्वासाच्या घरामध्ये फक्त एक नाही, तर सगळेच सुखी असतात. प्रेमळ घरामध्ये दु:ख येतंच नाही का? येतं! नकारात्मक भावना येतात. पण त्यांना दूर करण्यात यशस्वी ठरतं, ते खरं सुखी घर!

सकारात्मकता आणण्यासाठी...

यासाठी एकदा प्रामाणिकपणे स्वत:सह घराला एका मोठ्या आरशात बघा. स्वत:मधले गुण-दोष शोधा. स्वत:ला नकारात्मक भावनांमधून बाहेर काढण्याचे मार्गही शोधा. वाद, भांडणं, भीती, अनादर व्यक्त करणं, चिंतेत राहणं यासारख्या नकारात्मक भावनेतून नव्या नकारात्मक भावनाच जन्माला येणार आहेत, हे नक्की!

आपण योग्य वर्तन करायला शिकलो तर मुलं आपलं बघून हळूहळू शिकतील. कोणत्याही नकारात्मक भावनेपुढे घरातल्या कोणीही अगतिक होऊन जायचं नाही, हे ठरवायला हवं. नकारात्मक भावना येऊ नयेत म्हणून आपण कोणते प्रयत्न करतो, हे वाढत्या वयातल्या मुलांशी आवर्जून बोलायला हवं. अनेकदा प्रयत्न करूनही एखादी गोष्ट जमली नाही, तर तेही बोलायला हवं. त्यांचा सल्ला विचारायला हवा.

नकारात्मक भावनांमुळे आपल्या घरात आनंद नसेल तर त्यावर कशी मात करायची हे सगळ्यांनी बसून ठरवा. मनात, राग, भीती, चिंता असेल तर आपल्याही नकळत कशा चुका घडतात आणि त्या बदलणं कसं अवघड जातं, हे मुलांशी बोलायला हवं.

सध्याची परिस्थिती आत्यंतिक ताणाची आहे. या ताणांमुळे आपण साधासाध्या गोष्टींमध्येही आनंद घेऊ शकत नाही. मुलांनी कायमच आपला दुर्मुखलेला चेहरा पाहिला तर ते यातून काय घ्यायचा तो बोध घेतील.

आपल्या मनासारखं नेहमीच घडत नसतं, हे खरं आहे. अशा परिस्थितीला वारंवार हाताळावं लागतं, त्याचे काय-काय पर्याय काय असू शकतात, मार्ग कसे काढायचे, याची उदाहरणं त्यांच्यासमोर ठेवायला हवीत.

अशाच प्रसंगांतून पुढच्या काळात मुलांनाही जावं लागणार आहे. तेही असेच नकारात्मकतेच्या छायेत राहू नयेत, त्यांनी स्वत:चा सकारात्मक, आशावादी मार्ग काढावा, यासाठी त्यांना तयार करायची हीच संधी आहे.

सर्वात महत्त्वाचं म्हणजे घरोघरी मातीच्या चुली असतात. फेसबुक, इन्स्टाग्राम अशा सोशल मीडियावर 'लई भारी फॅमिली फोटो' असतात. अगदी तसंच सुखी घराचं चित्र प्रत्यक्षातही असायला हवं. त्यासाठी नकारात्मक भावनांना ओळखता येणं, त्या स्वीकारणं, स्वीकारल्यानंतर जास्तीत जास्त लॉजिकल पद्धतीने त्यावरचे उपाय सुचवणं, आणि उपाय अमलात आणणं, या दिशेनं जायला हवं.

नव्या पिढीला नकारात्मकतेच्या चक्रात ढकलायचं नसेल तर अशा भावना वारंवार येणारच आहेत, त्यांना पिटाळून कसं लावायचं, हे शिका आणि त्यांनाही शिकवा. तर ते 'सुखी घरा'चं चित्र प्रत्यक्षात येईल.

■■■

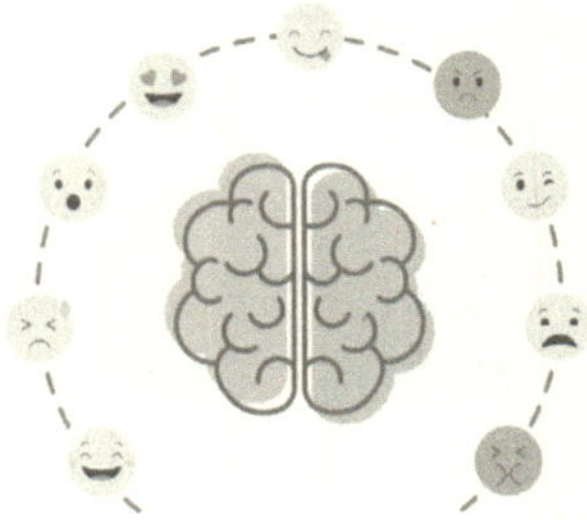

घात करतो तो राग

तो येतो आणि जातो
पण जाताना
बरंच काही उद्ध्वस्त करून जातो

राग ही एक आदिम भावना आहे. कमी प्रमाणात वा जास्त प्रमाणात असेल; राग हा प्रत्येकालाच येतो. आपल्यापैकी प्रत्येकाला राग ही भावना काय आहे हे चांगलंच माहीत असतं.

इतरांच्या तक्रारी करणं आणि कायम चिडचिड करत राहणं घातक आहे, हे आपल्याला माहीत असूनही तसं कशासाठी करायचं? आपण इतरांवर संतापतो तेव्हा त्याचा सगळ्यांत वाईट परिणाम आपल्या शरीरावर - शरीरातल्या रक्तदाबावर होत असतो.

खूप राग आला की मेंदूतला रक्तप्रवाह भावनिक मेंदूकडे वळतो. हा भावनिक मेंदू तार्किक विचार करू शकत नाही. ती त्याची मर्यादा आहे. रागात असताना भान सुटतं ते यामुळेच. त्यामुळे आपला राग इतरांसाठी घातक तर ठरतोच; पण त्याहीपेक्षा आपल्या मानसिक-शारीरिक स्वास्थ्यासाठी जास्त घातक असतो.

म्हणून राग पहिल्या टप्प्यात असताना त्याला आवरणं श्रेयस्कर!

'रिक्षा यायची वेळ झाली. आटप पटपट!'

'जेव की नीट! आवडली नाही का भाजी?'

'टीचर भेटल्या होत्या, तू खूप दंगा करतो, म्हणत होत्या.'

'ए, मस्ती करू नका रे! कालवा नुसता. गप्प बसा!'

'अरे, गप्प बसा म्हटलो का नाय मी!'

'तुझा वाढदिवस आला म्हणून काय झालं? गावभर चॉकलेटं वाटत फिरायचं की काय!'

'बसलीय रडत. चांगले दोन धपाटे घातलेत पाठीत. उलटं बोलते म्हणजे काय!'

'गाढवा, डुकरा, इकडे बघ.'

ज्या मुलाच्या किंवा मुलीच्या जन्माने काहीच वर्षांपूर्वी घर आनंदून गेलं होतं; ज्याचं किंवा जिचं बारसं, वर्षाचा वाढदिवस सढळ हाताने पैसे खर्च करून साजरा झाला; त्यांच्याशी काही वर्षातच असा मनमोकळा संवाद साधला जातो. तिसरी-चौथीपर्यंतच्या मुलांशी असं सर्रास बोललं जातं.

आपल्यातली काही घरं अशी असतात, ज्या घरात तसे काही विशेष प्रश्न नसतात. सगळं नीट चालू असतं, शाळा, रिझल्ट्स, एकमेकांशी नातेसंबंध, सहली हे सर्व व्यवस्थित, चारचौघांसारखं चालू असतं. तरीही, न जाणवण्यासारखा एक प्रश्न असू शकतो. तो म्हणजे, एकमेकांचं मन न समजणं, एकमेकांशी अपमानास्पद बोलणं.

खयाल करना

'तारे जमीं पर' या सिनेमात एक संवाद आहे. नऊ वर्षांच्या मुलाला बाबांनी त्याला मिळालेल्या कमी गुणांची शिक्षा म्हणून होस्टेलवर घरापासून - आईपासून दूर ठेवलेलं आहे. बाबा त्याच्या शिक्षकाला भेटायला जातात. ते सांगतात, 'याच्या आईने डिस्लेक्सियाची सगळी माहिती नेटवर सर्च करून मिळवली आहे. आम्ही आमच्या मुलांचा 'खयाल' करतो.'

यावर ते शिक्षक म्हणतात, 'खयाल करना! तो जर पडला - धडपडला - चुकला तर 'मी तुझ्या पाठीशी आहे', अशी जाणीव करून देणं म्हणजे खयाल करना.'

आपण आपल्या मुलांबद्दल कशाकशाचा विचार करतो? 'खयाल करना' या व्याख्येत बसेल, असं काय-काय केलं आहे आपण?

आपल्या घरात डोकावून बघू या. आपल्या घरात मुलांच्या खाण्यापिण्याची काळजी घेतली जाते, आरोग्याची काळजी घेतली जाते, दुखलंखुपलं तर लगेच डॉक्टरांकडे नेऊन औषधपाणी केलं जातं, अभ्यास घेतला जातो, हव्या त्या वस्तू आणून दिल्या जातात, छंद पुरवले जातात, सर्व काही केलं जातं; पण एकमेकांच्या मनात डोकावणं हे राहूनच जातं. मुलांनाही 'इगो' स्वाभिमान नावाची गोष्ट असते. या स्वाभिमानावरच त्याचं / तिचं व्यक्तिमत्त्व अवलंबून आहे.

मुलांचं वय आठवी ते दहावीपर्यंत जातं. तेव्हा,

'बाबा यायची वेळ झाली. आवरा तो पसारा!'

'आज दुपारी मामी येणार आहे, जा तुझ्या मित्राकडे!'

'उशीर का झाला शाळेतून यायला? कुठे भटकत होतीस?'

'केस काप आधी ते! मुलगी आहे का रे तू!'

'अभ्यास कर आधी. मला सांगतोय.'

'नववीत / दहावीत आहेस तू. फालतूपणा नकोय. शिक्षण नाही घेतलं तर त्या अमुकचं काय झालं माहिती आहे ना? चांगले गुण (मार्क) नसतील तर कोणी विचारणार नाही तुला.'

संवादाची गाडी साधारण इथपर्यंत येते.

एखाद्या दिवशी चेहरा उतरला असेल, मूल काही खातपीत नसेल, घुश्शात असेल, तर 'काय झालं?... काय कमी पडलं? एवढं सगळं केलं तरी तोंड वाकडं ते वाकडंच.' इतपतच बोललं जातं.

हल्ली घरात एक-दोनच मुलं असतात. लहानपणी आपल्या मुलांना काही झालं तर हळहळणारी, वाईट वाटून घेणारी, प्रसंगी रिक्षाकाका / शेजारचे / शिक्षकांना 'याला / हिला काय झालं?' म्हणून प्रश्न विचारणारी आई आता मात्र 'काय झालंय सांगतही नाही. येईल दोन दिवसांनी ठिकाणावर. यानेच काहीतरी केलं असेल,' असं म्हणून दृष्टी आड सृष्टी करते.

कारण सर्वांच्याच लेखी मूल आत्ता (सोयीनुसार) मोठं झालेलं आहे. त्याचं त्याला कळतं. मुलग्यांच्या बाबतीत तर हमखास. आता त्याचे प्रश्न त्याचे त्यानेच सोडवायचे, हे गृहीत धरलेलं असतं. पण, त्याच्या मनात डोकावून नक्की काय दुखतंय, काय डाचतंय, काय खुपतंय, कोणी मुद्दाम त्रास देतंय का, असलं काहीही पाहिलं जात नाही. मुलगा

स्वतःच स्वतःचे प्रश्न सोडवेल हे त्याच्यावर सोडून दिलेलं असतं. मुलंही मग समोर जो मित्र उपलब्ध असेल त्याच्या डोक्याने प्रश्न सोडवून टाकतो. इथे दोघंही मुलगे एकाच वयाचे असतात. जे अनुभव आजवर गाठीशी असतील, त्याच आधारे प्रश्न सोडवले जातात. पालकांच्या अनुभवाचा फायदा मुलांना मिळत नाही. अनेकदा एकाच दिशेने आणि एकच बाजू लक्षात घेऊन प्रश्न सोडवले जातात. प्रसंगाला अनेक बाजू असतात, प्रत्येकाचा दृष्टिकोन वेगळा असू शकतो. बाजू बदलली की परिस्थितीचे वेगळे कंगोरे दिसतात. ही समज केवळ लहान वयामुळे त्यांच्याकडे नसते. त्यामुळे निर्णय फसण्याची शक्यता जास्त असते. असे निर्णय फसल्यावर 'एवढी अक्कल नव्हती का?', 'आम्हांला विचारायचं. आम्ही काय मेलोय का?', 'काय पाप झालं हातून! हा असा कसा आपल्या घरात जन्माला आला!', 'काय-काय चालतं या मुलामुलांचं... काही कळत नाही.', 'घरात काही सांगता येत नाही का? तुझ्या मित्राकडून कळलंय मला!' असं म्हणायला पालक एका पायावर तयार असतात.

सुरुवातीपासूनच एकमेकांच्या मनात डोकावायचं ठरवलं तर मुलांना बोल लावण्याची वेळ येणारच नाही.

'रिक्षा यायची वेळ झाली. आटप पटपट!' याऐवजी 'रोज तर वेळेवर आवरून होतं. आज काय झालं?'

'जेव की नीट! आवडली नाही का भाजी?' याऐवजी 'ताटात वाढलेली खायची. उद्या आवडीची करेन.'

'टीचर भेटल्या होत्या, तू खूप दंगा करतो, म्हणत होत्या.' याऐवजी 'तू सांग मला सावकाशीने काय झालं ते! काय झालं काल वर्गात... आज रात्री बोलू आपण.'

'ए मस्ती करू नका रे! कालवा नुसता. गप्प बसा! अरे, गप्प बसा म्हटलो का नाय मी.' याऐवजी 'तुमचाच घसा दुखेल... डॉक्टरांकडे जावं लागेल बोलता आलं नाही तर! 'मला भूक लागलीये', हे सांगणार कसं तुम्ही? थोडा आरडाओरडा संध्याकाळी करा. सगळा आत्ताच संपवू नका.'

'तुझा वाढदिवस आला म्हणून काय झालं? गावभर चॉकलेटं वाटत फिरायचं की काय?' याऐवजी 'मज्जा केली ग! तू सांग तुला काय वाटतंय. बघू या जमतंय का!'

'बसलीय रडत. चांगले दोन धपाटे घातलेत पाठीत. उलटं बोलते म्हणजे काय!' याऐवजी 'तू जे बोललीस त्याचा अर्थ कळलाय का तुला? केवढा हा आवाज मोठा!... हादरल्या की घराच्या भिंती! रडून झालं की हे खा. खाऊन झाल्यावर सांग, काय म्हणत होतीस ते!'

'गाढवा, इकडे बघ. इकडे बघायला काही प्रॉब्लेम आहे का?' याऐवजी 'तपासून घ्यायचेत का कान? चला, आधी कान तपासून आणू.'

प्रत्येक गोष्टीला एकतर प्रतिसाद दिला जातो किंवा प्रतिक्रिया दिली जाते. प्रतिसाद हा अचानक असतो; प्रतिक्रिया उशिराने येते. प्रतिसाद विचार न करता दिलेला असतो; प्रतिक्रिया विचार करून दिलेली असते. प्रतिसाद अनेकदा समस्या निर्माण करतो; प्रतिक्रिया समस्या सोडवते किंवा खरं तर समस्या निर्माणच होऊ देत नाही.

आपल्या अचानक प्रतिसादाने मुलं गप्प होतात.

आपल्या शहाण्या प्रतिक्रियेने मुलं आत्ता किंवा थोड्या वेळाने का होईना, आपल्याशी मोकळी होतात.

छोट्यांचा राग

आपल्याला माहीतच आहे, अगदी लहान मुलांनासुद्धा राग येतो. रागाच्या भरात मुलं जोरजोरात किंचाळतात, मुठी आवळतात. वर्षाची मुलं फरशीवर, भिंतीवर डोकं आपटून घेऊन राग व्यक्त करतात. जसजसं मोठं होऊ तसतसा राग कमी झाला पाहिजे. राग आला तरी तो व्यक्त करण्याच्या पद्धती जास्त सुसंस्कृत झाल्या पाहिजेत. सार्वजनिक ठिकाणी, इतर लोकांमध्ये राग व्यक्त करताना शांतपणाने व्यक्त करता आला पाहिजे. हे प्रत्येक जण शिकतो. राग मनात दबून राहता कामा नये, तसंच रागाचा आगडोंब दुसऱ्यावर फुटत नाही ना, हेही पाहिलं पाहिजे.

पूर्वीच्या काळी बहुतेक घरातले वडील कोपिष्ट असायचे. ते आले की घर चिडीचूप होऊन जायचं. संताप व्यक्त करणं ही बहुतेक ज्येष्ठ व्यक्तींचीच मक्तेदारी होती. पण आता सर्व वयाची माणसं खूप चिडचिड करतात. वास्तविक या रागभावनेचं नियोजन लहानपणापासून शिकवलं गेलं पाहिजे. कारण ही भावना माणसाला कुठेही भडकवते. त्यात आपली तार्किकतेची शक्ती पूर्ण नष्ट होऊन जाते. अगदी थोडक्यासाठी रागीट माणसांवर कसलेकसले शिक्के बसतात. त्याने आजवर केलेल्या बऱ्याच कामांवर पाणी पडतं. दुसरीकडे, ज्याला त्याने दुखावलेलं आहे, ती व्यक्ती हे जन्मात कधी विसरू शकत नाही. माणसं बाकी सर्व विसरतात; पण इगो दुखावला गेला तर ते विसरू शकत नाहीत.

रागाचा आपल्या आरोग्यावर घातक परिणाम होतो, आपल्या नात्यांसाठी तो मारकही ठरतो. पण, हाच राग मुलांवर कसा परिणाम घडवून आणतो आणि राग आल्यावर काय करायचं, हे त्यांनी कसं शिकायचं?

अगदी लहान म्हणजे नुकतीच चालू लागलेली मुलं यांनासुद्धा राग येतो आणि ते राग व्यक्तही करतात. वस्तूंची मोडतोड करून, जोरजोरात ओरडून, डोकं आपटून घेऊन

अशा विविध प्रकारे राग आला आहे हे दाखवतात. इतक्या लहान मुलांना जेव्हा अशा अतिरेकी प्रकारे राग व्यक्त करावासा वाटतो, तेव्हा तो निश्चितच घरातल्या वातावरणाचा परिणाम असतो. त्या बाळाने जन्मापासूनच जोरजोरात भांडणं, आरडाओरडा हेच ऐकलं असेल तर ते नक्कीच चिडकं, आक्रस्ताळं होतं. समजा, घरातली माणसं शांत असतील, पण घरातल्या टीव्हीवर भांडणांचे आवाज येत असतील तरी असा परिणाम होतो. म्हणून टीव्हीवरची माणसं जेव्हा अद्वातद्वा भांडत असतात तेव्हा आवाज घालवलेलाच बरा! त्यांच्यामुळे आपल्या घराची शांती कशाला भंग करून घ्या! या आवाजाचा परिणाम सगळ्यांच्याच मेंदूवर होतच असतो.

लहान मुलांनी घरातल्या मोठ्या माणसांना संतापलेलं, बिथरलेलं बघितलेलं असतं. जेव्हा मुलंही असंच वागायला जातात तेव्हा मोठ्यांना मुळीच चालत नाही. राग आला की शांत व्हायचं. 'काही झालं तरी आपला शांतपणा सोडायचा नाही,' असं कितीदा सांगितलं तरी कसं कळणार? त्यांच्यासमोर आपण अगदी अशाच पद्धतीने संताप व्यक्त केलेला असतो. मुलं तेच बघतात आणि सहीसही अनुकरण करतात. मोठ्यांना वाटतं, की त्यांना राग येतो तेव्हा काहीतरी खरोखरीचं आणि तार्किक कारण असतं. मुलांना राग येतो तो मात्र विनाकारणच... उगाच. असं का? आपला राग तेवढा खरा आणि मुलांचा राग खोटा. हा राग जमेल तशा आणि वाईट पद्धतीने मोडून काढला जातो.

लहान मुलांना आलेला राग हासुद्धा खराखुरा असू शकतो. अगदी लहान मूल वेळेवर खायला मिळालं नाही तरी राग व्यक्त करतात. त्यांच्याकडे दुर्लक्ष होतं आहे असं वाटलं तरी चिडतात. आपल्या मनातल्या साध्यासुध्या भावना व्यक्त करता आल्या नाहीत तर अस्वस्थ होऊन शेवटी भोकाड पसरतात. याचं कारण त्यांच्याकडे भावना व्यक्त करण्यासाठी पुरेसे शब्द नसतात. त्यांना जे सांगायचं आहे ते सांगू शकत नाही, ही व्यथा फार मोठी असते.

यापेक्षा वरच्या वयोगटाच्या मुलांच्या बाबतीत अशीच अनेक कारणं असू शकतात. इतरांच्या घरी जायची, शाळेची, बालवाडीची, रिक्षा/व्हॅन/बसची, पाळणाघराची, ग्राऊंडची, किंवा अगदी घरातल्या विशिष्ट खोलीची, घरात येणाऱ्या विशिष्ट पाहुण्याची, अशी कसलीही भीती वाटणं हेदेखील रागाचं कारण असू शकतं. भीती वाटत आहे, हे मुलं सहजी सांगू शकत नाहीत. ते रागातून व्यक्त होतात.

शाळेत जाणाऱ्या मुलांना बोलता येतं, भावना व्यक्त करता येतात. पुरेशी शब्दसंपत्तीही साठलेली असते, पण ते बोलत नाही. वर्गात - शाळेत कोणी अत्यंत क्षुल्लक कारणावरून चिडवत असेल, भीती दाखवत असेल, वस्तू पळवत असेल, शिक्षक - मुलं काही कारणाने हसत असतील, कमी लेखत असतील, तर मनात उगाचच अपराधीपणा + लाज + आपलं

काही चुकतं आहे का, असा काहीतरी विचार येऊन मुलं मनातलं बोलत नाहीत. आपण आई-बाबांना सांगितलं तर ते आपल्यालाच रागावतील या एकाच कारणामुळे मुलं कुठेच मनमोकळी होत नाहीत. घरात शिस्तीचा अतिरेक असेल तर ते घर त्यांना घरासारखं वाटत नाही. या सगळ्या विचित्र भावना राग - संताप - तुसडेपणा या मार्गांनी वाढत जातात.

रागाचं कारण प्रत्येक वयोगटासाठी वेगवेगळं असू शकतं. मात्र, राग हा आतून आलेला असतो. तो मोठ्यांच्या मनात जसा खराखुरा असतो, तसा छोट्यांच्याही मनात खराच असतो.

रागाला बाजूला ठेवून शांत व्हायचं असतं. ते आपलं आपल्याला करता येतं. हे मुलांना समजण्यासाठी आधी मोठ्यांना करावं लागेल. राग आल्यावरही शांत कसं होता येतं याचं प्रात्यक्षिक दाखवावं लागेल.

तुम्हांला राग कधी येतो याची कारणं शोधा. वरचे मुद्दे पुन्हा पाहिले तर भूक, अस्वस्थता, भीती, असुरक्षितता ही राग येण्याची खरी कारणं असतात. राग दिसतो, पण या भावना दिसत नाहीत. पण या आणि अशाच भावना रागाच्या मुळाशी असतात. आपण रागावर उपाय शोधायला जातो. या उपायांचा काही काळ उपयोग होतो. पण पुन्हा पहिले पाढे पंचावन्न. कारण आपण रागभावनेच्या मुळाशी जात नाही. खरं कारण शोधत नाही. ते शोधायला हवं. त्या मूळ कारणावर उपाययोजना करायला हवी.

- राग आल्यावर आपण काय बोलतो, काय करतो, हे रागाच्या भरात आपल्यालाच समजत नाही. ही गोष्ट अजिबात चांगली नाही, हे मुलांना सांगायला हरकत नाही.
- केवळ राग आल्यामुळे होत आलेलं काम बिघडतं, माणसं तुटतात. नात्यांमध्ये दरी वाढते, हातून चुका घडतात, नुकसान होतं याची असंख्य उदाहरणं आपल्याकडे असतात. ती मुलांना मोकळेपणांना सांगा. मुलं लहान असतील तर अशी उदाहरणं त्यांना पटतील अशा गोष्टीत गुंफून सांगा.
- एखादा रागावलेला माणूस कसा दिसतो, कसा बोलतो हे मुद्दाम बघा. तो कसा वागतोय आणि त्याने खरं म्हणजे कसं वागायला पाहिजे, तो कसं वागला तर जास्त बरं होईल यावर सहज गप्पा मारा.

आपण आपला राग कोणकोणत्या उपायांनी शांत केला आहे?

विसंवाद

वास्तविक संवादातून विसंवाद कसा तयार होतो?

बाळाचे पहिले शब्द ऐकायला आई-बाबांचे कान किती आतुरलेले असतात. तो पहिला शब्द त्याला कितीतरी वेळा म्हणायला लावतो आपण. मूलही तितक्याच निरागसतेने पुन:पुन्हा म्हणून दाखवतं. एकमेकांवर फार प्रेम असतं ना!

काही वर्षांत हे चित्र बदलतं. 'काय कटकट लावलीय मगापासून... काय हवंय तुला?' इथपर्यंत गाडी येते.

आणि पुढे, 'जरा कमी बोलशील का? माझं काम चालू आहे.', 'फार बडबड लावलीय, आवाज बंद!' इथपर्यंत प्रवास होतो. आपलं बोलणं असं बदललंय हे मुद्दाम आणि जाणीवपूर्वक लक्ष दिल्याशिवाय आपल्या लक्षातही येत नाही.

यानंतर काही वर्षांनंतर एकमेकांशी बोलण्याच्या भूमिकाच बदलतात. टीन-एजमध्ये 'तुला काय बोलायचंय ते माझ्याशी बोलशील का?', 'माझ्याशी काही बोलायचंच नाहीये का तुला?', 'तुझ्या मित्रांना किंवा मैत्रिणीला विचारलं की कळेल, तुझं काय चाललंय ते...', 'सारखं डोकं मोबाईलमध्ये नकोय. त्यापेक्षा माझ्याशी बोल!' आपलं आणि मुलांचं बोलणं, हा असा एक वळणावळणांचा प्रवास असतो.

कुठलंही जवळचं नातं सरळ रेषेत कधीच नसतं. काही वेळा ही सरळ वाट मजेची, बिनाधक्क्याची आणि गर्द सावलीतली असते. आपल्याला कायम गर्द सावलीतली वाट हवी असते. पण ती मिळू शकत नाही. वरवर सरळ रेषेत वाटणाऱ्या या वाटेवर हलके किंवा तीव्र चढउतार, जवळचे-लांबचे रस्ते, खड्डे, दऱ्या, दगड-काटे असतात. कधी रस्ता चुकतो, तर कधी चकवाही लागतो. पण रस्त्यावरचे हे खाचखळगे लक्षात घेऊन 'हम है राही प्यार के, चलना अपना काम' म्हणत प्रेमानं चालत राहायचं.

इगो

मुलं बोलायला लागली की त्यांचं सर्व काही ऐकून घेणं हे आपलं मुख्य काम व्हायला हवं. नीट आणि सगळं ऐकलं तर लक्षात येईल, की या बोलण्यात काय नसतं! त्यांचा इगो असतो, त्यांच्या मनात चाललेल्या गोष्टी असतात. त्यांच्या अत्यंत सुरेख कल्पना असतात. लहान मुलांचं सगळं जग स्वत:पासून सुरू होऊन स्वत:पाशीच संपतं. यात एक वेगळीच मजा असते. शब्दांच्या गमतीजमती तर असतातच; पण स्वत:च्या बुद्धीने बेधडक अर्थ लावत असतात. आतलं आणि बाहेरचं असं काहीही नसल्यामुळे काहीही बोलतात. कोणालाही काहीही विचारतात. सगळंच बेधडक! मुलं लहान असली, कोणत्याही वयात असली तरी ते मनाशी बोलत असतात. त्यांचा स्व-संवाद चालू असतो, हे लक्षात घेऊन त्यांच्या मनात

शिरायला हवं. साध्याशा आणि अगदी बिनमहत्त्वाच्या वाटू शकणाऱ्या गोष्टींतूनसुद्धा ते काहीतरी सांगू बघत असतात.

मुलांच्या मनातला हा सगळा व्यवहार फार वेगळा आहे. हा व्यवहार कळण्यासाठी आपल्याला त्यांच्या वयाचं व्हावं लागतं. छोट्यांकडे असलेली मन नावाची गोष्ट एकदम जिवंत असते. सगळं काही टिपत असते. बाहेरचं प्रत्यक्षातलं बोलणं आणि मनातलं बोलणं याची सतत सरमिसळ चालू असते.

मुलं गोड असतात, निरागस असतात. ती जसजशी मोठी होतात, तसतसे काही ना काही प्रश्न, समस्या सुरू होतात. वयाचे एकेक टप्पे मुलं पार करतात, तसं 'इगो' आपलं अस्तित्व दाखवायला लागतो. स्वभाव हळूहळू बाहेर येतो. जसजशा स्वत:विषयीच्या जाणिवा वाढायला लागतात, तसतसं मी, माझं, मला असं 'स्व'त्त्व जागृत व्हायला सुरुवात होते. यालाच आपण 'मूल हट्टी झालं आहे' असं म्हणतो. आता मात्र 'अमुक एक खेळणं हवंच', 'आत्ताच हवं', 'इथेच खेळायचं', 'घरात नको, बाहेर जायचंय', 'जायचंच आहे', अशी मतं - मागण्या - हट्ट सुरू होतात. हवी ती गोष्ट पूर्ण केली नाही की रडण्याचं - तेसुद्धा जोरात रडण्याचं किंवा खरं तर किंचाळण्याचं, घरात - रस्त्यात कुठेही बसकण मारून हट्टीपणा दाखवण्याचं अस्त्र बाहेर काढलं जातं. घरच्या माणसांना पूर्ण नाकी नऊ आणण्याची क्षमता मूल कमावतं. रडलं की सगळे ऐकतात, हा फॉर्म्युला हळूहळू लक्षात येऊन वारंवार तोच वापरला जातो. या वयात मूल असं वागतं कारण त्याच्या दृष्टीने 'मी'ला अतिशय महत्त्व आहे. 'मला' हवंय आणि दिलं जात नाही म्हणजे काय, हा विचार प्रबळ असतो.

रागाची कारणं आहेत कुठे ?

मुलं शाळेत जायला लागली की एक वेगळं वळण सुरू होतं. काही मुलं शाळेशी नीट जुळवून घेतात, तर काहींना लवकर जुळवून घेता येत नाही. शाळेत जायला नको म्हणणारी किंवा मारून मुटकून जाणारी कितीतरी मुलं असतात. शिकत असताना मुलांना कोणत्या प्रकारचे अनुभव मिळतात यावर त्यांचा तिथला प्रतिसाद अवलंबून असतो. घरात किंवा शाळेत अभ्यास करताना सुरुवातीच्या काळात बोलणी खाणं, अपमान, मार असे अनुभव मिळाले तर मूल अभ्यास टाळायला लागतं. अभ्यासाशी जोडल्या गेलेल्या दु:खद भावनाच स्मरणात राहतात. आईच्या हातात वही, पुस्तक बघितलं की मुलं पळ काढतात. रागावणारे - मारणारे शिक्षक बघितले की पळ काढता येत नाही, पण टाळाटाळ, लक्ष न देणं हे सुरू होतं. त्यातून शिक्षा व्हायला लागली तर प्रश्न सुटण्याऐवजी वाढतो. अशा वेळी मुलं कदाचित बोलणार नाहीत. मात्र, त्यांच्यावर ओरडण्यापेक्षा, रागावण्यापेक्षा मुलांना समजून घेण्याची खूप गरज असते.

प्रश्न अभ्यासाचा असो किंवा इतर कोणताही; अत्यंत शांतपणे योग्य मार्ग काढण्याची खूप गरज असते. नाहीतर इथेच घरात दोन पार्टी, दोन टीम तयार होतात. विरुद्ध टीम्स. वास्तविक असं नसतं. आई-बाबा आणि मुलांचं एकमेकांवर अतिशय प्रेम असतं. पण यात काही अडथळे येतात. आई-बाबा आपल्याला समजून घेत नाहीत, रागावतात असं मुलांना वाटतं. तर, सगळं दिलं तरी मुलं अभ्यास करत नाहीत, नीट वागत नाहीत, असं आई-बाबांना वाटतं. या टीम्स समोरासमोर असतात. एकमेकांवर रागावतात. भांडणांच्या ठिणग्या उडतात. वेळीच एक टाका घातला तर पुढचे नऊ टाके घालावे लागणार नाहीत, हा नियम अनेकदा विसरला जातो.

आई किंवा बाबा– ज्यांच्याशी पटत नाही, ते कायमच वाईट वागतात, असं मुलांना वाटत राहतं. अशातच टीन-एजचं वेगळं वळण आयुष्यात उगवतं. या वयात मुला-मुलींच्या मेंदूतला फ्रंटल लोब हा भाग विकसित होत असतो. 'तू आता मोठा / मोठी आहेस. तू तुझे निर्णय घे,' असं मेंदू सांगत असतो. याच वेळी मोठी माणसं 'तू अजून लहान आहेस' असं पदोपदी सांगत, दाखवून देत असतात. वास्तविक फ्रंटल लोबचं विकसित होणं, हे मुलांचं प्रौढ जगात टाकलेलं पाऊल असतं. हळूहळू मुलं प्रौढ झाल्यावर लागणारी कौशल्यं शिकत असतात.

बऱ्याच घरात सुसंवाद घडून येत नाही. कारण एकमेकांना विरुद्ध पार्टीत टाकलेलं असतं. त्यामुळे गोष्टी सुरळीत होण्यापेक्षा बिनसत जातात. आई-बाबांचं मुलांवर प्रेम असतं. मुलांचं चांगलं व्हावं असं त्यांना वाटतं; पण प्रेम व्यक्त होत नाही. प्रेम व्यक्त केलं तर मुलं हाताबाहेर जातील, बेशिस्त होतील, असा एक समज आपल्याकडे असतो. त्यामुळे घराघरांत असे मतभेद दिसून येतात. हे मिटवण्यासाठी सर्वांनी एकाच पार्टीत, एकाच टीममध्ये असण्याची आणि आपण सर्व एकाच टीममध्ये आहोत हे स्वतःला आणि एकमेकांना पुनःपुन्हा सांगण्याची गरज आहे.

- ❒ खूप राग आला की मेंदूतला रक्तप्रवाह भावनिक मेंदूकडे वळतो. हा भावनिक मेंदू तार्किक विचार करू शकत नाही.
- ❒ रागात असताना शब्दांचं, वर्तनाचं भान सुटतं. म्हणून राग घातक ठरतो.
- ❒ आपल्या मानसिक-शारीरिक स्वास्थ्यासाठी सतत रागावणं अतिशय घातक असतं. राग अनेक रोगांना-आजारांना आमंत्रण देणारा ठरतो. हे लक्षात ठेवून आधीच त्याला पळवायला हवं.
- ❒ राग का येतो, याचं मूळ कारण शोधलं तर राग कमी करता येईल; अन्यथा नाही.

मुलांशी बोलायचं कसं?

एक असंही वय असतं जेव्हा मुलं धड लहान नसतात आणि धड मोठीही झालेली नसतात. मुलांनाही हे नक्की माहीत नसतं आणि आई-बाबांनाही कळत नसतं. एक मात्र खरं की, मुलं मोठं होण्याच्या प्रयत्नात असतात. आपण मोठे झालो आहोत, असंच मुलं समजत असतात.

मुलांच्या दृष्टीने विचार केला तर वयाचं हे वळण अतिशय नैसर्गिक आणि तितकंच आवश्यक आहे. मुलांनी या वयात स्वतःला मोठं समजलं नाही, तर मोठं होण्यातली आवश्यक कौशल्यं कधी शिकणार? अचानक अठराव्या वर्षीच्या वाढदिवशी कोणी सज्ञान होत नसतं, ती प्रक्रिया आधीपासूनच चालू असते.

आई-बाबांच्या दृष्टीने मात्र मूल अजूनही लहानच असतं. त्यामुळे एकमेकांशी वागताना एकमेकांच्या चुका होतात. सहज - साधं - नेहमीसारखं वातावरण असतं. अचानक आवाज वाढतात आणि मूळ विषय हरवून बसतो. या हरवलेल्या विषयावर वेळच्या वेळी इलाज न झाल्यामुळे तो विषय तसाच दबला जातो.

उदाहरण एक

'अरे वा! आलास का शाळेतून... आत्ताच आलायंस ना...? काय झालंय तोंड पाडून बसायला! दप्तर फेकलंय कोपऱ्यात, चपला टाकल्या आहेत... आणि आल्या-आल्या टीव्ही... सारखा टीव्ही लागतो का तुला?... ' अशाच प्रकारे आई त्याला काही ना काही बोलतच सुटते.

तिच्या तोंडाचा पट्टा सहन न होऊन तो अक्षरशः किंचाळतो, 'आई, दोन मिनिटं, प्लीज!'

घरात एकदम शांतता पसरते. आईला हे अजिबातच अपेक्षित नसतं. ती थक्क होते, दुखावली जाते. दुसऱ्याच क्षणाला तिचं आईपण जागं होतं. आपलं मूल आपल्याच अंगावर उर्मटासारखं ओरडतंय, हे तिला सहनच होत नाही.

'हे काय! तू असं का बोललास?... ही बोलण्याची कुठली पद्धत झाली? काय हा तुझा आवाज! मी असं काय बोलले तुला...' आईचं बोलणं सुरूच होतं. 'तुमच्यासाठी काहीही करा... मरा...', 'आता बाबा आल्यावर...', 'कोण ते तुझे मित्र...' इत्यादी विषयांकडे गाडी जाते.

एकदा... फक्त एकदा मुलाच्या चेहऱ्याकडे थोडं थांबून पाहिलं असतं तर काहीतरी जबरदस्त बिनसलंय, हे कोणत्याही आईला सहज कळलं असतं.

आपण एकमेकांकडे पाहतच नाही. मनात काय चाललंय, इकडे लक्ष द्यावंसं आपल्याला वाटत नाही. कित्येकांना तर त्यासाठी वेळही नसतो. निदान एखाद्या वागण्यामागे काय

कारण आहे, हे एकदा तरी डोकावून पाहिलं पाहिजे. आपण हे न करता आपल्या मनाचे निष्कर्ष काढून मोकळे होतो. हे एकदा नाही, अनेकदा घडतं. केवळ आई-बाबा आणि लहान मुलांच्या बाबतीत नाही; मोठ्यांच्या बाबतीत घडतं.

खरं तर झालं होतं असं, की आठवीत आल्यापासून त्याचे वर्गशिक्षक बदलले होते. गेली दोन वर्षं गणितही तेच शिकवायचे. त्यांनी गणितसुद्धा इतकं खुलवून शिकवलं होतं, की गणिताची आवड निर्माण झाली होती. चांगले गुणही मिळायला लागले होते. पण आज पहिल्या परीक्षेचे गुण कळले होते, ते पासापुरतेही नव्हते. तो आठवीतला मुलगा होता. गुण मिळवायला हवेत, हे त्याचं त्याला कळत होतं; पण ते मिळाले नाहीत. आपण गणितं सोडवली, पण ती साफ चुकली आहेत, हे त्याला पेपर हातात आला तेव्हा समजलं. ही गोष्ट त्याला भयंकर अपमानास्पद वाटत होती. मनातून रडू फुटत होतं. पण रडणार कसं? रडणाऱ्या मुलाला सगळे हसतात, हे त्याला कळलेलं होतं. त्याचा अपमान, त्याचं अपयश सगळं तो पचवत होता. व्हॅनमध्येसुद्धा कोणाशी बोलला नाही. घरी आल्या-आल्या आईला सगळं सांगावं, आईपाशी रडावं, असं त्याला वाटत होतं. पण रडणार कसं? आता तो 'मोठा' मुलगा झालाय ना!

शिवाय नापास झाला म्हणून आईला वाईट वाटणार... बाबा रागावणार... बहीण हसणार... क्लासचे सर चिडणार... मित्र आश्चर्य व्यक्त करणार.. या सगळ्या प्रतिक्रिया त्याला दिसत होत्या.

हे सगळं अटळच होतं. आलेल्या परिस्थितीशी जुळवून घेण्याचा तो प्रयत्न करत होता. त्यासाठी त्याला स्वतःचा वेळ हवा होता.

हताश होऊन त्याने चपला भिरकावल्या होत्या, दप्तर फेकलं होतं. टीव्ही चालू होता, पण त्याचं लक्ष टीव्हीकडे नव्हतं. आईला तोंड दाखवायची इच्छा नव्हती. पण आईच्या एकतर्फी शब्दांचा मारा सहन न होऊन अखेर या प्रसंगाची परिणती ही अशी झाली होती.

दुसरीकडे आईला त्याची ही प्रतिक्रिया अपेक्षितच नव्हती. ती त्याच्यावर जास्तच चिडली, रागावली. विषय भलतीकडेच गेला. 'बेशिस्त' आणि 'उर्मट' अशी दोन विशेषणं त्याला लावली गेली. शिवाय, नापास झाला आहे, यावरून झालं ते वेगळंच!

एकमेकांना भेटल्यावर एकमेकांकडे बघा. बाहेरून आलेल्या किंवा घरात असलेल्या माणसाची मनःस्थिती नॉर्मल आहे ना, हे एकदा बघून त्याप्रमाणे वागलं तर बरेचसे प्रश्न निर्माणच होणार नाहीत.

काहीतरी बिनसलंय, हे लक्षात येईल तेव्हा आपलंच म्हणणं पुढे दामटवणं योग्य नाही. जरा थांबून अंदाज घ्यायला हवा.

आपलं मूल उलट बोलतं आहे, जोरजोरात ओरडत आहे, उद्धट झालं आहे, हे प्रश्न हाताळायला तितकेसे सोपे नाहीत. आई-बाबांचं मन खूप दुखावतं. कित्येकदा दुखावणाऱ्यालाही याची कल्पना असते. अशा वागण्याला मेंदूतली नैसर्गिक प्रतिक्रिया ही रागच असते. पण आत्ता राग दाखवला तर गोष्टी हाताबाहेर जाण्याची ही सुरुवात असू शकते. म्हणून त्या क्षणी आपल्या विचारप्रक्रियेला तत्काळ वळवण्याची गरज असते. राग वाटण्याऐवजी तिथे कमालीचा म्हणजे अतिशय कमालीचा थंडपणा यायला हवा. आपणही रागाच्या वेगवान प्रवाहात वाहत जायचं नाहीये; तर पटकन काठावर येऊन थांबायचं आहे; आणि जमलंच तर परिस्थिती सावरायची आहे, एवढंच ठरवलं तरी पुरेसं आहे.

वयात येऊ पाहणाऱ्या मुलांना सांभाळण्यासाठी आई-बाबा पुरेसे सक्षम असतात. याचं एकमेव कारण म्हणजे त्यांचं आपल्या मुलांवर निरतिशय प्रेम असतं. मात्र, अशा स्फोटक वातावरणात हेच प्रेम, त्याच्या जोडीला बराचसा पेशन्स आणि पुरेपूर आत्मविश्वास दाखवायचा आहे, हे मनापासून ठरवावं लागतं.

वयात येणाऱ्या मुलांचं आयुष्य तसं काही सोपं नसतं. तिथेही आव्हानंच आव्हानं असतात. या आव्हानांशी मुलांचा रोजचा सामना होत असतो. कधी मुलांना अपेक्षेपेक्षा कमी गुण मिळतात; त्यांचा एखाद्या स्पर्धेमध्ये नंबर येत नाही; मित्राशी/मैत्रिणींशी भांडण झालेलं असतं; आपली सख्खी मैत्रीण दुसऱ्या मैत्रिणींना जाऊन मिळालेली असते; डबा खाताना इतरांनी एकटं पाडलेलं असतं; व्हॅनमध्ये बाचाबाची झालेली असते; आपलं कौतुक होण्याऐवजी दुसऱ्याचं खूपच कौतुक झालेलं असतं; शाळा सुटल्यावर मैदानात सहज लावलेल्या शर्यतीत हार पत्करावी लागून, 'ठीक आहे' असं म्हणून सोडून द्यावं तर त्या मित्राची किंवा मैत्रिणीची खवचट / उद्दाम शेरेबाजी ऐकून घ्यावी लागते.

आपल्या दृष्टीने या सगळ्या गोष्टी बिनमहत्त्वाच्या असल्या तरी त्यांच्या विश्वात त्या मोठ्याच असतात. या वरकरणी छोट्या वाटणाऱ्या गोष्टीत त्यांचा आत्मविश्वास, मैत्री, मैत्रीचा पाया, आत्मसन्मान अशा कित्येक गोष्टी लपलेल्या असतात.

आपल्या मुलांचा आत्मविश्वास - आत्मसन्मान कोणाकडून तुडवला गेला असेल आणि त्यामुळे मूल दुःखी असेल तर इथे आपल्या आरडाओरडीची मुळीच गरज नसते. मनाची जखम वाढवणारं अजून एक धारदार शस्त्र आत्ता नकोच आहे.

गेलेला आत्मविश्वास, आत्मसन्मान पुन्हा कसा मिळवायचा, या सल्ल्याची गरज असते. जखम भरून काढणाऱ्या हळुवार औषधाची गरज आहे. हे औषध झोंबणारं असलं तरी चालेल; पण मनाला शांत करण्याची जबरदस्त ताकद यात पाहिजे आणि आई-बाबांच्या शब्दांत ती असतेच! ■■■

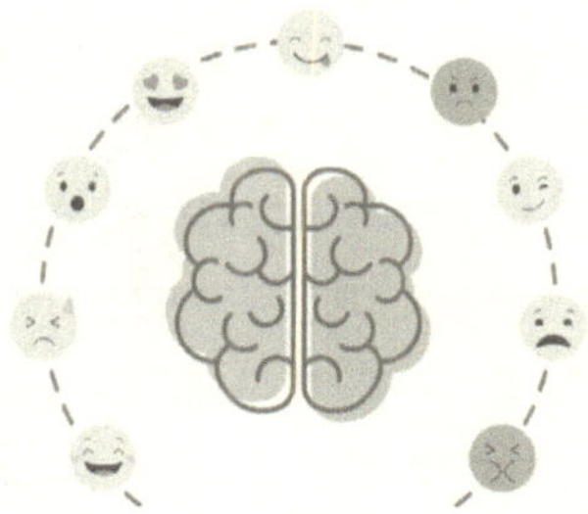

वळण वागण्याचं : कधी बरोबर, कधी चुकीचं

घडणाऱ्या पावलांची अडखळणारी वळणं
आडवळणाची, चुकीच्या दिशेची
शब्दांनी घेतलं समजावून तर
सावरणारी
सावरणारी

आजच्या मुलांना त्यांच्या आई-बाबांनी पूर्वीच्या हुकूमशाहा पद्धतीने वाढवलेलं नसून, बऱ्याच अंशी मुलांच्या कलाने वाढवलं आहे. त्यांच्यावर प्रेम करत, कल लक्षात घेत आणि त्यांचं म्हणणं ऐकत, त्यांना घरात बरोबरीचं स्थान देत, आधुनिक पद्धतीनं वाढवलं आहे. यासाठी कित्येकदा दोन्हीकडच्या आजी-आजोबांशी वादही घातलेला आहे. खर्च तर भरपूरच केलेला आहे.

तरीही, या आधीच्या काळात सहज-शांत असलेलं घर मुलांच्या या वयाच्या वळणावर अचानक अशांत आणि धुमसतं होतं. घरात कोणत्याही वेळेला पहाटेपासून ते रात्रीपर्यंत कधीही युद्धजन्य परिस्थिती उद्‌भवू शकते. यात अनेकदा मुलांचा आवाज वरचढ असतो आणि आई-बाबांनी स्वतःच्या म्हणण्यानुसार गोष्टी रेटायचा प्रयत्न केला तर वातावरण जास्त तापतं.

१००% चुकत असली तरी मुलं जाम क्लिअर आणि सॉर्टेड (त्यांच्याच भाषेत) असतात; तर आई-बाबा कन्फ्युज्ड - जास्त कन्फ्युज्ड आणि शेवटी दमलेले आणि थकलेले असतात.

आज जी मुलं चौदा वर्षांच्या पुढे आणि अठराच्या आसपास आहेत, त्या वयात 'हे कुठलं वळण?' असं म्हणण्याची वेळ आई-बाबांवर आणि शिक्षकांवर आलेली आहे. कारण टीन-एजमधलं मूल घर-कुटुंब आणि शाळेपेक्षा अगदीच वेगळं वागताना दिसत आहे. विविध प्रश्नांमुळे तुम्ही खूप काळजीत असाल तर लक्षात घ्या, की हे केवळ आपल्याच घरातल्या मुलाबद्दल किंवा मुलीबद्दल घडलेलं नाही. आसपासच्या बऱ्याच घरांमध्ये कमीअधिक फरकाने अशाच गोष्टी होताहेत.

'ही अमुक घरातली मुलगी म्हणजे त्यांच्या अमुक पद्धतीनेच वागणार.'

'हा अमुक शाळेतला मुलगा, त्या शाळेच्या शिस्तीची छाप त्याच्यावर जाणवतेच आहे.'

पूर्वी असा काहीएक अंदाज बांधला जायचा. पण आता ही गोष्ट हळूहळू मागे पडणार अशी चिन्हं आहेत.

'हा त्या 'क्ष' व्यक्तीचा मुलगा आहे, पण व्यसनाने पूर्ण पोखरलेला आहे.' असे उद्गार कानांवर येऊ शकतात.

जोपर्यंत मुलं नऊ-दहा वर्षांची असतात, तोपर्यंत ती खरंच आई-बाबांच्या बरोबर असतात आणि आई-बाबांसारखीच असतात. तारुण्याच्या उंबरठ्यावर म्हणजे टीन-एजमध्ये येईपर्यंत आणि त्यानंतरच्या काळात त्यांचं विश्व स्वतंत्र होतं. वास्तविक, हे अपेक्षितच आहे. मुलामुलींची विश्वं स्वतंत्र व्हायलाच हवीत. मुलंमुली आपल्या आयुष्याचा माग काढत, स्वतःला योग्य अशा भविष्याचा शोध घेत पुढे जात राहतात. कधी हा शोध त्यांना आवडीच्या; पण इतरांना बिनमहत्त्वाच्या वाटलेल्या क्षेत्राकडे घेऊन जातो (पण ते इतरांना काय वाटतं आहे याची फिकीर करत नाहीत.), कधी वेगळ्याच एखाद्या देशा-प्रदेशात शिक्षण-नोकरीसाठी घेऊन जातो, कधी वेगळ्या देशात करिअर घडवण्याची पुरेपूर संधी असतानाही स्थानिक प्रश्नांकडे वळवतो; तर काही दुर्दैवी वेळा मुलामुलींची पावलं विधायक गोष्टींकडे न वळता विघातक आणि विशेषतः स्वयंघातक गोष्टींकडे वळतात. गेल्या काही वर्षांत परदेशी शिक्षण - करिअर करू पाहणाऱ्या मुलांच्या संख्येत सातत्याने वाढ होताना दिसते आहे. सरधोपट काही न करता स्वतःच्या, वेगळ्या वाटा निवडणाऱ्यांच्या संख्येत वाढ होताना दिसते आहे; तर, आजवर घरात चालत आलेल्या गोष्टींसारखंच पुढे सरळ रेषेत न धावता कधी ३० अंशात, ९० अंशात, तर अजून विस्तारित म्हणजे १२० अंशात किंवा थेट १८० अंशात विरुद्ध दिशेने धावताना दिसताहेत.

ताज्या आकडेवारीतून एकूण मुलग्यांमध्ये व्यसनं वाढताना दिसत आहेत, तशीच व्यसनं करणाऱ्या मुलींचं प्रमाणही चांगलंच वाढल्याचं आकडेवारीत दिसून आलेलं आहे. आणि हेच टीन-एजमधल्या मुलांच्या हातून घडणाऱ्या हिंसेबद्दलही म्हणता येईल. खून, बलात्कार, मैत्रिणीचं वाईट व्हिडिओ शूटिंग, हातात सदैव असणाऱ्या मोबाईल्समधून वाहणाऱ्या अश्लील क्लिप्स, हुक्का पार्लर हे सगळे शब्द आजच्या टीन-एजसंदर्भात बोलले जातात, ही मोठीच धोक्याची घंटा आहे. अशा विघातक गोष्टींत गुंतलेली मुलं सर्व स्तरांतली, सर्व वर्गातली, कोणत्याही घरातली आहेत, हे वास्तव आहे.

मुलांना झेलणं हे दिवसेंदिवस अवघड का होत चाललं आहे? मुलांना हे वळण कोण लावतंय, याचा विचार करायलाच हवा. मुलं टीन-एजमध्ये येतात तेव्हा त्यांच्यात थोडा नाठाळपणा, थोडी बेफिकिरी वाढते. आपलंच म्हणणं खरं करण्याची वृत्ती वाढते. त्यांच्या मेंदूत होणाऱ्या रासायनिक बदलांमुळे अव्यवस्थितपणा वाढतो. याचा परिणाम निर्णयक्षमतेवर होतो. हे सर्व आई-बाबांनाही वाचून माहीत आहे. परंतु याही पलीकडे जाऊन मुलं जेव्हा असंस्कारित पद्धतीचं वर्तन करतात, रस्त्यावरच्या भांडणातल्या शिव्या घरात येतात, मुलांच्या आणि मुलींच्याही दप्तरात सिगारेटची पाकिटं दिसतात, तेव्हा यावर मार्ग काढायचा कसा, हा प्रश्न भंडावून सोडतो.

सगळ्यांत महत्त्वाचं म्हणजे या पिढीवर बसलेला तंत्रज्ञानाचा (टेक्नॉलॉजीचा) भयंकर पगडा! लहानपणी पुंगीवाल्याची आणि त्याच्या मागोमाग जाणाऱ्या उंदराची गोष्ट ऐकली होती. आता सोशल मीडियाच्या मागे-मागे जाणारी आपली मुलं बघून या गोष्टीची आठवण येते. स्वतः तंत्रज्ञानाचा वापर कामासाठी करणाऱ्या आई-बाबांसमोर हा आजच्या युगाचा कळीचा प्रश्न तयार झाला आहे, ज्याचं उत्तर आज कोणाकडेच नाही. हुकूमशाहासारखी मोबाईल बंदी करावी; तर शाळा-कॉलेजमध्ये शिक्षक, विद्यार्थी आणि पालकांचे समूह असतात. त्यामुळे कोणतीही टेक्नॉलॉजीकल वस्तू बंद करू शकत नाही आणि अर्धवट चालू ठेवू शकत नाही.

मुलं आपली आहेत, त्यामुळे मुलांवर १००% विश्वास ठेवायला हवा, मात्र, तो अंधविश्वास नाही ना, याची खात्री करून घ्यायला हवी.

कणखरता

खरोखर! इतर कोणत्याही काळात नव्हती इतकी प्रलोभनं या पिढीपुढे आहेत. टाईमपाससाठी इलेक्ट्रॉनिक गॅझेट्स आहेत. ही गॅझेट्स नको ते सर्व खाद्य त्यांना पुरवत आहेत. घराबाहेर

व्यसनं आणि व्यसनी आहेत. या सगळ्याला बाजूला टाकून पुढे जातील ती मुलं स्वत:च्या ठाम विचारांवरच; म्हणून मुलं कणखर व्हायला पाहिजेत.

कोणत्याही आई-बाबांना मुलांना वाईट सवयी लागाव्यात, असं कधीही वाटत नसतं. जगातले कोणतेही आई-बाबा हे मुलांच्या चांगल्यासाठी, हितासाठीच झटत असतात. पण कधी-कधी समीकरणं नको एवढी चुकतात.

आपापल्या आर्थिक आणि कौटुंबिक परिस्थितीप्रमाणे जे झेपेल, त्यातून सर्वोत्तम देण्याचा प्रयत्न सर्व आई-बाबा करतात. मुलांना चांगल्या सवयी लागाव्यात म्हणून त्यांनी लहानपणापासूनच खूप प्रयत्न केलेले असतात. मुलं चुकली तर त्याबद्दल रागावलेलं असतं, लहान-मोठ्या शिक्षा केलेल्या असतात. मुलांनी आयुष्यात काही चुकीचं पाऊल उचलू नये म्हणून शिक्षा करताना मनावर दगड ठेवलेला असतो. आपल्याच मुलाला / मुलीला शिक्षा केली म्हणून पश्चात्ताप झालेले पालक काही कमी नसतात. वास्तविक, चांगल्या सवयी, विचारांना लागलेलं चांगलं वळण हे आयुष्यभर टिकणारं असतं - असायला हवं. आपल्या प्रयत्नांना नक्की चांगली फळं लागतील, असा विश्वास आई-बाबांना स्वत:वर आणि मुलांवर असायला हवा. पण... या 'पण'मध्ये काही अदृश्य गोष्टी आहेत. कारण, सवयी, संस्कार सर्व काही असलं तरीही १३ ते १९ या वयात येणारं टीन-एजचं वळण काहींसाठी सुरळीत, तर काही जणांसाठी अतिधोकादायक असू शकतं.

गेल्या काही वर्षांत घडणाऱ्या घटना हेच सांगताहेत. अल्पवयीन मुलांकडून होणारे गुन्हे हा वाढत्या चिंतेचा विषय आहे. परीक्षा रद्द व्हावी म्हणून आपल्याच शाळेतल्या लहान मुलाचा खून एका अकरावीतल्या मुलाने केला. मुलाची १००% चूक झाली, यात काहीच दुमत नाही. सराईत गुन्हेगार असल्यासारखा त्याने दुसरीतल्या मुलाच्या गळ्यावर सुरी फिरवली, असा त्याच्यावर आरोप आहे. छोट्या मुलाची काही चूक नव्हती, त्याचा कसलाही संबंधही नव्हता. तरीही, हे घडलं. इथे सारासार विचारशक्ती कमी पडली का? यातून काय धोका निर्माण होऊ शकतो, हे आधी लक्षात आलं नव्हतं का? हा क्रूरपणा त्याच्या स्वभावात होता का? या गोष्टी एक केस म्हणून तपासल्या जातीलच. तरीही, हा १६ वर्षांचा मुलगा असं काही करायला धजावला याचा अर्थ त्याच्यावर असलेला अवाजवी ताण त्याला सहन न होऊन त्याच्या हातून हे भयंकर कृत्य घडलं.

अशा प्रकरणात पालकांकडे बोट जाणं स्वाभाविकच आहे. पण या मुलाचे आई-बाबा सर्वसामान्य कुटुंबातले आहेत, रोज उठून कोणाचातरी खून करणारे नाहीत. मुलांना चांगलं शिक्षण देण्यासाठी गावाकडच्या घरातून शहरी भागात येऊन राहिलेलं हे सर्वसामान्य कुटुंब. बाबा नोकरदार... आई घराकडे - मुलांकडे लक्ष देणारी... मुलांना शाळा-क्लासला सोडणारी... स्वत: हा मुलगाही अभ्यासात खूपच चांगला... संगीताची आवड असलेला...

भरपूर बक्षिसं- सर्टिफिकेट्स यांची मिळकत असलेला असा होता. त्याच्या इंग्लिशच्या अफाट आणि अचूक शब्दसंपत्तीची नोंद तर प्रत्यक्ष तपास अधिकाऱ्यांनीही घेतलेली आहे. नव्या उमद्या भविष्याची स्वप्नं आई-बाबांनी तर त्याच्या लहानपणापासूनच पाहिली होती. त्यानंही पाहिली असतील. या वळणावर त्याच्या हातून असं भयंकर कृत्य घडलं.

मजा करण्यासाठी पेट्रोल चोरणं, घरातले पैसे चोरणं, वस्तू चोरून विकणं या गोष्टी या वयातल्या मुलांकडून घडायच्या. आता सामूहिक बलात्कारापर्यंत गाडी येऊन पोहोचली आहे. मित्रांनी मिळून मैत्रिणीवर बलात्कार करणं, असा गुन्हा कधीही घडू नये; पण आता तो ग्रामीण भागापासून शहरापर्यंत कुठेही वारंवार घडतो आहे. ओळखीच्या किंवा अनोळखी मुलीवर मित्रांनी अत्याचार करणं. चॉकलेट खाऊन झाल्यावर रॅपर फेकून द्यावं तसं काम झाल्यावर मुलीला निर्जीव वस्तूसारखं कुठेही फेकून देणं किंवा सरळ गवताच्या गंजीतून जिवंत जाळून टाकणं हे प्रकार अल्पवयीन मुलांकडून घडतात.

दारू पिऊन मुलींनी रस्त्यात दंगा केला, इतर गाड्यांना ठोकलं, हे आपण वाचत - बघत आहोत. अवघी १९ वर्षांची मुलगी विवाहित व्यक्तीबरोबर अफेअर करते आणि त्याला ब्लॅकमेलही करते; तर बाविशीची मुलगी प्रेमप्रकरणातून अवघ्या चार वर्षांच्या मुलीचा लैंगिक छळ करताना सापडते. ही सर्व शिकली-सवरलेली माणसं आहेत. 'हे बघा! या इथे गुन्हे घडतात, आपल्या घरात नाही' असं म्हणून समाजाच्या एका वर्गाकडे बोट दाखवता येणार नाही. असे गुन्हे क्षणिक संताप, क्षणिक; पण अवाजवी ताण, व्यसनं, समवयस्क मित्रमैत्रिणींच्या आज्ञा किंवा फक्त एक गंमत यामुळे घडू शकतात.

आपल्या घरातही विविध वयांची लहानमोठी मुलं आहेत. बारा-चौदापर्यंत गोड-आज्ञाधारक असलेलं मूलही या वादळी वयातून जाणार आहे. टीन-एजच्या दरम्यान धाडस आणि धोका यातली सीमारेषा जरा फिकट व्हायला लागते. आपण धाडस करत आहोत हे कळत असतं. त्यात धोका असू शकतो, हेही नीट समजत असतं. यात आपली स्वतःची सुरक्षितता पणाला लागू शकते, याचाही व्यवस्थित अंदाज असतो. तरीही, पुढे जाऊन बघायचं असतं. जे चालू आहे, त्याच्या विपरीत जायचं असतं. काही मुलं स्वभावतःच शांत, सरळमार्गी असतात; पण त्यांच्यातही थोडे बदल होऊ शकतात.

दर वेळी मुलांच्या अशा विचित्र, धाडसी, धोकेबाज, मागचा-पुढचा विचार न करता अंधारात उडी घेण्याच्या विचारप्रक्रियेच्या मागे पालकांची चूक असेलच, असं नाही. प्रत्येक वेळी मूल असं वागलं याला त्यांच्या घरातल्या वातावरणातच दोष आहे, असं नसतं. कारण या वयात पालक जे सांगतात, त्याच्या विरुद्ध असेल तेच करावंसं वाटतं. या वयात सर्वाधिक प्रभाव असतो तो आसपासच्या मित्रमैत्रिणींचा. 'पीअर प्रेशर' या नावाखाली मुले काहीही करू शकतात. जन्मल्यापासून आयुष्याच्या अंतापर्यंत माणूस एवढा साहसी

कधीच नसतो, जेवढा तो त्याच्या टीन-एजमध्ये असतो. म्हणून केवळ स्वत:च्या मुलांची नव्हे; तर या समवयस्कांचीही काळजी घ्यावी असे दिवस आहेत. मुलींचं माणूस म्हणून अस्तित्व तर पुन:पुन्हा सांगावं लागणार आहे.

उगवत्या पिढीच्या दृष्टीने बोलायचं तर दिवस आणि रात्री दोन्ही प्रलोभनाच्या आहेत. सर्व काही पालकांच्या हाती नाही. एका मर्यादेपलीकडे आई-बाबांनी मुलांचं स्वातंत्र्य मान्य करून त्यांना धाडस करू द्यावं, अशी मांडणी होत असताना दुसरीकडे मुलांना धाडस आणि गुन्हा यातला फरक सांगत, भावनिकदृष्ट्या अतिशय कणखर बनवणं अतिशय आवश्यक आहे. आता या पुढे प्रत्येक ठिकाणी आई-बाबा मुलांबरोबर नसणार, त्या वेळी त्यांच्यात सारासार विचारशक्ती जागृत करणं आणि ती जागती राहण्यासाठी प्रयत्न करणं अतिशय आवश्यक आहे.

आपल्या टीन-एजमधली आपली विचारशक्ती जागती ठेवण्याचे प्रयत्न आपण केले होते का? कसे? त्यातले कोणते आज वापरता येतील? नव्या पिढीला सांगता येतील?

कोणत्याही चांगल्या घटनेबद्दल आपण मुलांशी बोलतोच. यशाच्या चर्चा करतो, तशा अपयश, कुसंगती, चुकीचे निर्णय अशा विषयांवरही साधकबाधक चर्चा करायला हव्यात. यात उपदेश नको. चुकीच्या मार्गाला गेलेल्यांविषयी आवर्जून बोलायला हवं. चुकीच्या मार्गाला जाऊन परत आलेल्यांची उदाहरणं द्यायलाच हवीत. जी उदाहरणं द्यायची ती फार जुनीपुराणी नकोत, आत्ताच्या काळातली पाहिजेत. क्षणिक ताण, क्षणिक संताप, क्षणिक मोहाच्या वेळी ही उदाहरणं मुलांना नक्की आठवतील! हे सर्व करण्यासाठी घरात मोकळा संवाद असावा लागतो. तो असेल तर ठीकच; नसेल तर तशी पुस्तकं, फिल्म्स दाखवून का होईना; आपलं म्हणणं त्यांच्यापर्यंत पोहोचवायला हवं.

डिजिटल अफेअर्स

फक्त आपलाच देश असा आहे जिथे व्हॉट्स ॲप मेसेजमुळे सामूहिक झुंडशाहीतून लोकांना मारण्याचे प्रकार घडले आहेत.

एका आकडेवारीनुसार मोबाईल वापरणाऱ्यांचं प्रमाण आपल्या देशात सर्वात जास्त आहे.

घरोघरी टीव्हीच्या आक्रमणानंतर सर्व प्रकारच्या स्क्रीनचं आकर्षण सर्वसामान्य स्त्री-पुरुषांना आहे. अनेकांची मोबाईल वापरावरून घटस्फोटापर्यंत मजल गेली आहे. हे

जर मोठ्यांच्या बाबतीत घडत असेल तर लहान मुलांच्या– विशेषत: ज्यांना नुकताच नवा मोबाईल डेटासकट हातात मिळाला आहे, अशा नव्या टीन-एजर्सचं काय? त्यांच्या भावविश्वात कोणते बदल झाले आहेत, आणि त्यावर आपण काय करायला हवं आहे?

नुकतंच दिल्लीमध्ये १९ वर्षांच्या एका मुलाने आई-बाबा मोबाईलवरून टोकतात, अभ्यास केला नाही म्हणून रागावतात, म्हणून एके रात्री त्यांची हत्या केली. हा प्रसंग ताजाच आहे. तो आणि त्याचे मित्र ऑनलाईन गेम्स खेळायची. या मुलाने पूर्वीही स्वत:च्याच किडनॅपिंगचा प्रकार रचला होता, असं बातम्यांवरून समजतंय. पण मोबाईल फोन आणि आई-बाबा-बहिणीची हत्या, यांचा ताळमेळच बसत नाही.

घरात वाढत्या वयातली मुले असतील तर तसेही काहीना काही प्रश्न उभे राहतातच.

लहान बाळ असल्यापासून ते साधारणपणे सातवी-आठवीच्या वयापर्यंत गुणी बाळ असणारी मुलं/मुली अचानक कूस बदलतात. आठवीपासून साधारण बारावीपर्यंतचं हे वय फारच वेगळं असतं. मुलं/मुली या वयात फारच बदलतात. वेगळी वागायला लागतात. हे वयानुसार घडतंच. पण त्यात आता नवं वळण मोबाईल फोनचं आलंय. ही एक वस्तू त्यांच्या हातात यायचा अवकाश, त्यांचं वागणंच बदलून गेलेलं आपण बघतो.

या वयात नैसर्गिकरीत्याच मुलं कधी-कधी एकदमच घुमी होतात. बाहेर काय घडलंय हे घरात सांगत नाहीत. काही त्रास होतो आहे, काही समस्या आहेत, याबद्दल कोणाशीही बोलत नाहीत. पण मोबाईल हातात असला की त्यात तासन्‌तास रंगून जातात. वेळकाळाचं, अभ्यास, परीक्षांचं कसलंच भान त्यांना राहत नाही.

यातला ऑनलाईन गेम्स हा प्रकार अनेकांनी मिळून खेळायचा असतो. त्यात मजा आणि टाईमपास असतो. याचं व्यसन मात्र लागतं. या खेळात कसली मजा, असं आई-बाबांना वाटू शकतं. पण मुलांसाठी ते फार महत्त्वाचं असतं. कारण यातसुद्धा स्पर्धा असतात, टूर्नामेंट्स असतात. जिंकणाऱ्याला काहीतरी भारी आमिष दाखवलेलं असतं. ते बक्षीसही ऑनलाईन मिळतं.

शरीरांतर्गत आणि मेंदूत होणाऱ्या बदलांमुळे काही मुलं/मुली खूपच चिडचिडी होतात. मुलांवर निरतिशय प्रेम करणाऱ्या आई-बाबांशीच फटकून वागतात. प्रचंड चुकीचं वागूनही यांचाच आवाज घरामध्ये चढा असतो. जेवण - अभ्यास - मैत्री - शिक्षक - छंद अशा कोणत्याही विषयावर कोणी काही सांगितलं - सुचवलं - म्हटलं - म्हणून बघितलं - चर्चा करण्याचा प्रयत्न केला की यांची चिडचिड सुरू होते, आवाज सातव्या मजल्यावर पोहोचतो. कशामुळे एवढा राग येतोय, हे आई-बाबांना काही केल्या कळत नाही. यातला काही भाग नैसर्गिक आहे, पण त्यात मोबाईल व्यसनाचीही भर पडली आहे, हे नाकारून चालणार नाही.

कोणतंही, कसलंही बोलणं या मुलांना उपदेशच वाटतो. आणि उपदेश ऐकायची त्यांची अजिबात तयारी नसते. हे वागणं खपवून घेता-घेता आई-बाबांच्या आणि सगळ्या घरादाराच्या नाकी नऊ येतात. त्यात प्रेमप्रकरणाची भर पडली तर विचारायलाच नको!

आत्ताच्या काळातल्या मुलांची प्रेमप्रकरणं किंवा 'काफ लव्ह' म्हणू आपण; ही काही वेगळीच असतात. खास 'डिजिटल लव्ह अफेअर्स' असतात. उदाहरणार्थ, काही प्रकरणांमध्ये 'प्रेम' हा शब्द नसतोच. फक्त 'चॅटिंग' असतं. डीपी बघून आणि इन्स्टाग्रामवरच्या फोटोंचा पाऊस बघून हे प्रेम किंवा आकर्षण तयार झालेलं असतं. आकर्षण तरी कसं म्हणावं? ते निर्माण व्हायलासुद्धा काहीतरी बीजस्वरूपात असावं, असं यात काहीही नसतं. हे एक प्रकारे 'मोबाईल फोटो आकर्षण' असं काहीतरी म्हणावं लागेल. तरीही, हे दोघं एकमेकांना काहीतरी सांगत असतात. फक्त लिहिण्यातून व्यक्त होत असतात. या व्यक्त करण्यात काय-काय असतं? 'नाईस डीपी', 'थँक यू' अशी सुरुवात होते. त्यावरून काही दिवसांतच हळूहळू 'माझी आई अशी वागते, माझे बाबा असेच करतात, त्यांनी मला नवा मोबाईल फोन घेऊन दिला नाही, मला खूप कमी गुण पडतात ना म्हणून सगळे माझ्याशी असे वागतात' इथपासून 'तुला पार्टनरकडून काय अपेक्षा आहेत' अशा प्रेमाच्या गप्पा सुरू होतात, अशा प्रकारचं हे 'चॅटिंग'! असं चॅटिंग एका वेळी अनेकांशी किंवा अनेकींशी चालू असतं. कोणाला काय कळतंय?

एका मुलाची किंवा मुलीची वेगवेगळ्या नावाने अनेक अकाउंट्स असू शकतात. यात कोणी कोणाला भेटायचा प्रश्नच येत नाही. कारण भेटायचं नसतंच मुळी! सगळं कॉन्व्हर्सेशन डिलीट केलं की मनाची पाटी कोरी. नवीन कोणीतरी बघायचं, हे वाक्य एकवचनी घ्या नाहीतर अनेकवचनी!

दुसरा प्रकारसुद्धा डिजिटल लव्ह अफेअरचा. इथे मुलं/मुली कदाचित ओळखीची असतील किंवा नसतील. पण ती कुठेतरी, कोणत्यातरी कारणाने चार घटका एकत्र येतात. या काळात भरपूर फोटो काढतात. एकमेकांना किती प्रमाणात आवडलेत यावर एकमेकांच्या किती जवळ जायचं हे ठरतं. त्यानुसार एकमेकांना चिकटून फोटो काढले जातात. हा प्रकार निव्वळ इतरांना जळवण्यासाठी, आपण किती 'कूल' आहोत, 'फ्री' आहोत हे दाखवण्यासाठी असतात. असे काही दिवस एका बॉयफ्रेंड / गर्लफ्रेंडबरोबर फोटो टाकून झाले; दरम्यान दुसरा फोटोजनिक चेहरा मिळाला की ब्रेकअपचे इमोजी इन्स्टावर पोस्ट करायचे– तेही ब्रेकअप साँगसह! (हल्ली प्रेमभंगाची दुःखी गाणी नसतात फारशी! ब्रेकअप साँग मात्र असतात, तीसुद्धा इन्स्टावर टाकण्यापुरती. त्यांचा भावनांशी अजिबात संबंध नसतो.) नव्या फोटोजनिक चेहऱ्यानिशी पुन्हा तोच खेळ सुरू. यात प्रेम, भावना वगैरे दूरचीच गोष्ट! चुकून घरातल्यांना असले फोटो दिसले तर, 'काही काय!

हा काही माझा ब्रॉयफ्रेंड नाही किंवा ती काय गर्लफ्रेंड नाही,' असं सांगून मोकळे! जरा खोदायचा प्रयत्न केला तर 'जस्ट फ्रेंड हो! अमुकतमुक ठिकाणी भेटलो होतो म्हणून फोटो काढले,' असं म्हटले की संपला विषय! इतकं हे वय वेड्यासारखं वागतंय सध्या!

या वयाचे आणि या वयाने निर्माण केलेले प्रश्न काही वेगळेच. लहान असताना आई-बाबांच्या खोट्या-खोट्या चिडण्यालासुद्धा मूल बिचकायचं आणि आई-बाबा म्हणतील तसं करून मोकळं व्हायचं. आता मात्र खरंखुरं रागावून, संतापूनही फरक पडत नाही. 'नाही' असं सांगूनही हवं तेच करतात. या प्रश्नांची आणि समस्यांची जातकुळीच बदललेली आहे, हे जाणवतं. प्रत्येक दिवशी काहीतरी वेगळंच... पूर्वी मुलं लहान असताना काही प्रश्न निर्माण झाले तर घरातच ते सोडवले जायचे. आता मात्र शाळा-कॉलेज, त्यांचे नवे मित्रमैत्रिणी, कधी मित्रमैत्रिणींचे पालक आणि त्यापेक्षा जास्त आव्हान आहे ते या हवेत चालणाऱ्या डिजिटल अफेअर्सचे! किती आणि कसल्या-कसल्या काळज्या करायच्या?... आणि मुलामुलींचं काय?... ते तर मस्त मजेतच असणार!

फोन बंद! फोन द्यायचा नाही, हे पर्याय फार काळ चालत नाहीत, असं अनेक उदाहरणांवरून दिसून आलंय. यावर उपाय म्हणजे त्यांचा मेंदू, हात आणि पाय यांना काम मिळेल असे त्यांना आवडतील– ज्यातून त्यांना नव्या गोष्टी शिकता येतील– असे पर्याय शोधून काढले पाहिजेत.

धाक

मुलं मोठी होताना त्यांना शिस्त लावण्याची वेळ येते किंवा त्याहीपुढे जाऊन मुलांचा अभ्यास घेण्याची वेळ येते, तेव्हा मनात कितीही असलं तरीही आई-बाबा आणि घरातले पालक प्रेम दाखवत नाहीत. याचं एकमेव ज्ञात कारण म्हणजे विविध प्रकारे शिस्त लावण्याचे प्रयत्न.

- ❒ टीन-एजच्या दरम्यान धाडस आणि धोका यातली सीमारेषा जरा फिकट व्हायला लागते. आपण धाडस करत आहोत, हे कळत असतं. त्यात धोका असू शकतो, हेही नीट समजत असतं. याची मुलांना शांतपणे जाणीव करून द्यायला हवी.
- ❒ मुलांकडून एखादी चूक झाल्यावर बोलण्यापेक्षा, रागावण्यापेक्षा चूक होण्याआधीच बोलायला हवं.
- ❒ सातवी-आठवीपासूनच मुलांशी अपयश, कुसंगती, चुकीचे निर्णय या विषयांवर गप्पा मारायला हव्यात.
- ❒ जोपर्यंत मुलांना भीती दाखवत नाही तोपर्यंत मुलं सुधारणार नाहीत, असं नसतं. त्यांना वास्तव सांगायला पाहिजे.

जिथे धाकाने गोष्टी करवून घ्यायच्या आहेत तिथं प्रेम वाटलं तर मुलं आपलं ऐकणार नाहीत, हा विचार असतो. या विचारांमुळे आई-बाबा स्वतःमध्ये असलेला खेळकरपणा विसरून कडक चेहऱ्याने घरात वावरतात. हे अशासाठी, की चुकूनही घरातली शिस्त कमी न होता आपला धाक बसावा. कारण आई-बाबांवरही हेच संस्कार असतात, की जिथे धाक आहे तिथेच शिस्त आहे, जिथे प्रेम आहे तिथे लाड आहे आणि जिथे लाड आहेत तिथे अतिलाड आहेत. साहजिकच, जिथे अतिलाड असतात तिथे बेशिस्त असते. या विचारांमुळे काही घरांमध्ये साधंसुधं प्रेमसुद्धा व्यक्त करायला पालक कचरतात. प्रेम व्यक्त केलं तर धाक कमी होईल, या भीतीपोटी घरात लष्करी शिस्त निर्माण होऊन घर प्रेमहीन होतं. अति शिस्तीच्या वातावरणामुळे मुलांना शिस्त लागते, की जमेल तेव्हा ती शिस्त तोडायला बघतात, हा अजून वेगळा भाग!

प्रेमाचं रूप नेहमी लाडाकडेच जाईल आणि त्यातून अतिलाड निर्माण होतील असंच का समजलं जातं? प्रेमाची वेगवेगळी रूपं मुलांना समजतात, त्यांना हवी असतात, त्यांच्यापर्यंत पोहोचतात आणि त्यांना त्या-त्या वेळेला ती पुरतातसुद्धा!

आपल्या मुलांविषयी प्रेम असणं वेगळं आणि त्या प्रेमाची एक अभिव्यक्ती म्हणजे आस्था असणं आणि ती दाखवणं हे वेगळं! आपण बऱ्याचदा मुलांची काळजी करतो. ती या ना त्या प्रकारे त्यांच्यापर्यंत पोहोचत असते. पण, काळजी करण्याच्या आधीची एक पायरी म्हणजे त्यांच्याबद्दल आस्था असणं. ती बऱ्याचदा दाखवायची राहूनच जाते. बऱ्याच वेळा नात्यामध्ये घोळ सुरू होण्याची ही एक छोटीशी सुरुवात असू शकते.

उदाहरणार्थ, 'आत्ता अमुक ठिकाणी जाऊ नकोस', ही आज्ञा असते. पण त्यामागे एखादी विशिष्ट काळजी असू शकते. मुलं लहान– दहा-अकराच्या वयाच्या आतली असतात तेव्हा ही काळजी पुरेशी असते. आई किंवा बाबा म्हणाले, की 'अमुक ठिकाणी जाऊ नकोस' तर मुलं जायचा विचारही करत नाहीत. आपल्या आईला किंवा बाबांना काळजी वाटते म्हणून जायचं नाही हेदेखील त्या वयापर्यंत मान्य असतं. जसजशी मुलं मोठी होतात तसतशी 'का जायचं नाही' हा प्रश्न त्यांच्या मनात येतो. या शिंगं फुटण्याच्या वयात नुसतंच 'मला तुझी काळजी वाटते' एवढं सांगणं पुरत नाही. त्यामागचं कारणही समजावून सांगावं लागतं.

एखाद्या गोष्टीला 'नाही' म्हणण्याचं कारण आई-बाबा आपली सुरक्षितता बघतात, हे पहिलं कारण आहे. ते फक्त जाणवून द्यावं लागतं; यापेक्षा कोणतंही अन्य कारण महत्त्वाचं नाही हे पटवून द्यावं लागतं नाही. 'नाही'पासून सुरुवात केली तर मुलं बरोबर विरुद्ध पक्षात जाऊन उभी राहतात. आई-बाबांपासून काही गोष्टी लपवून करू बघतात. मात्र, 'सुरक्षितता महत्त्वाची' इथून सुरुवात केली तर त्यातली आस्था त्यांना जाणवते आणि त्या भावनाही

पोहोचतात. मुलांना एखाद्या गोष्टीपासून रोखणं, हा बऱ्याचदा आई-बाबांचा हेतू नसतो; तर मुलांना त्यातला धोका कळत नाही, ती अजून लहान आहेत हा विचार त्यामागे असतो.

एकदा का एखाद्या निमित्ताने 'सुरक्षितता महत्त्वाची आहे' याकडे मुलांचं लक्ष वळवलं तर प्रत्येक वेळी वादाचे मुद्दे राहणार नाहीत. त्याहून महत्त्वाचं म्हणजे मोठं होण्याच्या या वयात त्यांना इतर कोणत्याही कारणापेक्षा आणि कोणाच्याही इगोपेक्षा 'आपल्या सुरक्षिततेची काळजी ही सर्वात महत्त्वाची आहे' या पद्धतीने विचार करण्याचं वळण लागेल. या वयात फ्रंटल लोबचा विकास होत असतो. स्वतंत्र व्हावंसं वाटतं, पण धोका कळत नाही, हे दोन्ही नैसर्गिकच आहे. हळूहळू मुलं आपल्यापासून स्वतंत्र होणार आहेत, याची ही सुरुवात आहे. अशा वेळी आपण त्यांच्या वतीने स्वीकारलेल्या आणि सांभाळलेल्या जबाबदाऱ्या त्यांना केव्हातरी सोपवायलाच हव्यात. त्यातली पहिली आणि महत्त्वाची बाब म्हणजे स्वतःच्या सुरक्षिततेची काळजी घेणं. या सर्व गोष्टी भांडून, संतापून, घरात कलह निर्माण करून योग्य प्रकारे घडतीलच असं सांगता येत नाही. आस्थेने सांगितलं तर त्यांच्यापर्यंत नक्की पोहोचू शकतं. मात्र, त्यासाठी थोडा वेळ आणि जास्त संयम हवा.

दरारा, दुरावा आणि दुर्वर्तन

जोपर्यंत मुलांना भीती दाखवत नाही तोपर्यंत मुलं सुधारणार नाहीत हे आपल्या मनामध्ये कुठेतरी पक्कं असतं का? पालक म्हणून केवळ आपलीच अशी धारणा आहे असं नाही; तर आपल्या संपूर्ण समाजाचीच तशी धारणा आहे. कदाचित आपल्या सर्वांच्याच बालपणात याच सगळ्या गोष्टी रुजून आणि रुतून बसल्या आहेत. कारण आपण मुलांना जिथे-तिथे भीती दाखवून नियंत्रित करत असतो. आपल्याशी मोठी माणसं जशी वागली, त्याचेच पडसाद पुढे उमटतात.

याची सुरुवात अगदी सहज होते ते अंधाराची भीती दाखवण्यापासून. अंधार आहे, अंधारात बागुलबुवा असतो, अंधारात भूत असतं, अशी अनेक प्रकारची भीती आपण दाखवतो. तिकडे वाघोबा आहे, कोपऱ्यावर बसलेला म्हातारबाबा तुला घेऊन जाईल, असं काहीही बोलतो.

हळूहळू मुलांना 'असं काही नसतं' हे एक दिवस कळतं आणि मग या गोष्टींची त्यांना भीती वाटेनाशी होते. यानंतर भीतीचा पुढचा अध्याय सुरू होतो. साधारणपणे सगळे जण पोलिसांची, डॉक्टरांच्या इंजेक्शनची भीती दाखवतात. आपण चुकीचं वागलो तर पोलीस आपल्याला घेऊन जातील, आपण नीट जेवलो नाही, आपण आई-बाबांचं ऐकलं नाही, आई-बाबांना किंवा आजी-आजोबांना लाथ मारली तर पोलीस उचलून घेऊन जातात,

अशी भीती दाखवली जाते. यानंतर सुरू होते ती रागवण्याची आणि मारण्याची भीती. 'मी तुला मारीन,' असं म्हणून तसं करून दाखवलं की मुलं आपोआप माराला भिऊन निमूटपणे ऐकतात. याशिवाय थोड्या वेगळ्या प्रकारच्या भीतीसुद्धा दाखवल्या जातात. यामध्ये 'उदबत्तीचा, मेणबत्ती चटका देईन', 'तू असं केलं तर मी मरून जाईन, निघून जाईन', असं म्हणता-म्हणता एक दिवस एखाद्याला खरोखरच चटका दिला जातो. त्यानंतर त्या मुलाला होणाऱ्या वेदना शारीरिक असतात, मानसिक असतात. त्याच्या मनात कायमस्वरूपी धक्का निर्माण होतो. आत्तापर्यंत प्रेमाने वागणाऱ्या आई-बाबांचा हा नवाच चेहरा लेकराला दिसतो. हा धक्का देणंच तर पालकांना अपेक्षित असतं. नाही का?

आयुष्यभर पुरून उरणारी अजून एक भीती म्हणजे देवाची भीती. आपण जेव्हा-जेव्हा चुकीचं वागतो तेव्हा देव वरून बघत असतो आणि आपल्याला तो शिक्षा करतो. या प्रकारची 'सर्वधर्मीय' भीती इतकी जालीम आहे, की माणसं कितीही मोठी झाली तरी ही भीती मनातून जात नाही.

शाळेत तर शिस्त लावण्यासाठी भीती पाहिजेच. भीतीचं प्रमाण वाढतं, प्रकार बदलतात आणि परिणाम जास्त गहिरे होत जातात. शाळेतल्या सर्व शिक्षा आपल्या सर्वांच्या माहितीच्या आहेत. पूर्वीसारख्या शारीरिक शिक्षा आता कमी झाल्या असल्या तरी शिस्त लावण्यासाठी शिक्षा हाच एकमेव उपाय आपल्याकडे सर्रास वापरला जातो. अशा वेळी लहान मुलांच्या जगातले आपण खरंच त्यांचे मित्र आहोत... मदतनीस आहोत... पालक आहोत... शिक्षक आहोत की फक्त अधिकारी आहोत, असा प्रश्न पडतो. आपण कायमच दुसऱ्या कोणाचीतरी भीती दाखवण्यात धन्यता बाळगतो.

मोठ्यांनी मुलांशी कायम मोठ्या आवाजात, रागावून, डोळे वटारून, धमकीच्या सुरात बोललं पाहिजे, असा काही नियम आहे का? जोपर्यंत आपण असं बोलत नाही तोपर्यंत मुलं आपलं ऐकणारच नाहीत का?

मुलांना शिक्षा करण्याची भीती दाखवली नाही तर मुलं पूर्णपणे बिघडतील, कोणाचंही ऐकणार नाहीत, त्यांना कसलंही वळण लागणार नाही, हे आपण गृहीत धरून चाललो आहोत का?

शिक्षा केल्याशिवाय मुलं सुधारत नाहीत, असं वाटत असेल तर मुलांना स्वयंशिस्त अजिबातच लागत नाही त्याचं काय?

आसपास, रस्त्यावर, कॉलेजमध्ये, घरी मुलं सुधारलेली दिसताहेत का?

अन्य देशांमधील तरुणाई जास्त शिस्तीची का दिसते? का ते लोक इकडेतिकडे कचरा टाकत नाहीत? सार्वजनिक सेवा आणि वस्तू प्राणपणाने का जपतात? वेळ का पाळतात? माणूस म्हणून ते काही वेगळे आहेत का?

इतर देशांमध्ये किती स्वच्छता पाळली जाते, हे एकमेकांना सांगण्यातच आपल्याला धन्यता वाटते. आपण या गोष्टी का करू शकत नाही?

या सगळ्याचं मूळ 'सांगितलेलं आहे तेवढंच करायचं. स्वतःचं डोकं चालवायचं नाही' अशा आपल्या म्हणण्यात आहे का, हे एकदा तपासून बघण्याची गरज आहे. शिस्त लावण्याचं महत्त्व कोणीच नाकारत नाही. घरीदारी, सर्वत्र शिस्त असायलाच हवी. ती सगळ्यांनी पाळायलाही हवी. नियम केला म्हणून शिस्त पाळली जातेच असं नाही. शिक्षा केल्यावर मात्र ती पाळली जाते, हे आपल्या मनामध्ये इतकं घट्ट रुतून बसलेलं आहे, की त्यामुळेच साधे-साधे नियमसुद्धा आपण पाळत नाही. जोपर्यंत शेवटची तारीख येत नाही तोपर्यंत आपण इन्कम टॅक्स भरण्याचे कष्ट घेत नाही. एका सिग्नलला पोलीस आहे म्हणून आपण झेब्रा क्रॉसिंगच्या अलीकडे गाडी थांबवतो. तिथून पुढे गेल्यावर दुसऱ्या सिग्नलला पोलीस नसेल तर आपली गाडी सरळ पुढे जाते. अशा वेळी मनात कसली चलबिचलसुद्धा होत नाही. जोपर्यंत शिक्षा नाही, दंड नाही तोपर्यंत आपण नियम पाळत नाही. हे दुसऱ्याची भीती असल्यामुळेच. हा 'दुसरा' तिथे नसेल तर नियम मोडणं तसंच चालू राहतं.

'दुसऱ्या कोणासाठी नाही, तर मला स्वतःला बेशिस्त, अस्वच्छता, उशीर चालत नाही, म्हणून मी स्वतःहून शिस्त पाळणार, स्वच्छता ठेवणार' ही भावना मुलांमध्ये निर्माण करायची आहे.

हे कसं घडून येईल?

- मोठ्यांच्या अनुकरणातून
- स्वयंशिस्तीने वागणाऱ्या माणसांच्या गोष्टी सांगून
- प्रत्येक गोष्ट 'अशी' केली जाते, अजून चांगल्या पद्धतीने करायची असल्यास 'कशी' केली जावी, याचा विचार त्यांनाच करायला लावून.
- जबाबदारी देऊन.

शाळा कोणतीही असो; शाळेच्या मधल्या सुट्टीत, व्हॅनमध्ये किंवा शाळांमध्ये जाता-येता सर्व वयाची मुलं एकत्र असतात आणि तिथूनही लहान मुलांना बरंच महत्त्वाचं शिक्षण मिळतं हे सहजी लक्षात येत नाही. मुलांच्या बदललेल्या सवयी, मुलांच्या तोंडी अचानक येणारे शब्द, त्यांना कळत-नकळतपणे मिळणार बरंचसं ज्ञान या मार्गातून मिळत असतं. एक-दोनदा असं घडतं तेव्हाच या विषयावर न चिडता - रागावता एकत्र बसून बोलायला हवं. असे शब्द वापरणं फारसं चांगलं समजत नाहीत, हे सहज बोललं गेलं पाहिजे.

आपण दरारा निर्माण करायचा प्रयत्न करतो. त्यात यशस्वीही होतो. यामुळे स्वयंशिस्त निर्माण न होता, दुरावा मात्र वाढतो. तो काय कामाचा?

परीक्षेत भरपूर गुण कसे मिळतील याची आपल्याला काळजी असते; पण मानसिक, भावनिक आणि बौद्धिक विकास कसा होईल इकडेही लहानपणापासून लक्ष द्यायला हवं.

'योग्य वेळी', 'कमीत कमी शब्दांत', 'मुलांच्या भावनिक पातळीवर' जाऊन बोलणं आणि स्वत: तसं करणं, हे पथ्य आपल्याला पाळता आलं तर बरीच मजल मारता येईल.

अपमान : अभ्यासावरून

मुलं शाळेत जाण्याचा काळ हा बालवाडीपासून ते साधारणपणे बारावीपर्यंत तसा खूप मोठा असतो. या काळामध्ये सर्व काही छान चालू राहिलं, सुरळीत असेल तर मुलं आपापला अभ्यास करतात. पण अनेक घरांमध्ये पालकांना यात लक्ष घालावं लागतं. शाळेत जाऊन मुलांच्या विविध प्रकारच्या तक्रारी ऐकणं ही एक अवघड गोष्ट असते. कारण कितीही वाटलं तरी आई-बाबा मुलांना समजावून सांगण्याचं, त्यासाठी शिस्त लावण्याचं आणि त्यासाठी रागावण्याचं काम घरी करतील; पण शाळेतल्या वागण्यावर नियंत्रण कसं ठेवणार? याचा अभ्यास करणं क्रमप्राप्त ठरतं.

जशा इयत्ता पुढे जातात, तशा काही मुलांमध्ये अभ्यासाच्या तक्रारी सुरू होतात. मुलं सातत्याने परीक्षेमध्ये मागे पडत असतील तर शिक्षक पालकांना बोलावून लक्ष द्यायला सांगतात. एखादा दिवस असा येतो, की पालकांना शाळेत बोलावून असं सांगितलं जातं, की तुमच्या मुलाला अभ्यासात कमी गती आहे. त्याला नेहमीच कमी गुण मिळतात. शिक्षकांनी या समस्येचं काहीना काही विश्लेषण केलेलं असतं. उदाहरणार्थ, काही मुलं खूप चंचल असतात, ती एका जागेवर बसून अभ्यास करू शकत नाहीत. त्यांच्यात एकाग्रता कमी असते. त्यामुळे त्यांना गुण कमी मिळतात. काही मुलं व्यवस्थित अभ्यास करतात, समजून घेतात; पण त्यांच्यात स्मरणशक्ती कमी असते. त्यामुळे त्यांना परीक्षेमध्ये कमी गुण मिळतात. शिक्षक मुलांचं परीक्षण करतात. त्यांच्या परीने काही प्रयत्नही करतात. हे प्रयत्न अयशस्वी होतात तेव्हा पालकांना बोलावलं जातं. या अशा प्रश्नांची व्याप्ती आणि संख्या दोन्हीही सध्या वाढत्या प्रमाणात आहे. यासाठी एक विशिष्ट वयही सांगता येणार नाही. कारण पूर्वी आठवी ते दहावी या काळात, आता काहीतरी करायलाच पाहिजे, अशा पद्धतीने हा प्रश्न युद्ध पातळीवर हाताळला जायचा. आता मात्र बालवाडीतली छोटी परीक्षादेखील मोठी परीक्षा ठरू लागली आहे.

खरं तर एकदा मुलाला शाळेत पाठवून दिलं की कित्येक पालकांची भूमिका संपल्यासारखीच असते. मुलांना एखादी गोष्ट येत नसेल तर काय करायचं हे बहुतांश

पालकांना माहीत नसतं आणि स्वतः अभ्यास घेणं ही तर खूपच लांबची गोष्ट असते. त्यामुळे अशा परिस्थितीत नेमकं काय करायला हवं, हे माहीत नसल्यामुळे भांबावून जाण्याची वेळ पालकांवर येते. ज्या वेळी शिक्षक मुलांच्या वर्तनाबद्दल किंवा अभ्यासातल्या कमतरतांबद्दल बोलत असतात, त्या वेळी जणू काही आपलीच परीक्षा आहे आणि आपल्यालाच सातत्याने गुण कमी मिळत आहेत, अशी निराशा पालकांच्या मनात निर्माण होते. ज्या पालकांना वारंवार या गोष्टीला तोंड द्यावं लागतं, त्यांना पुन्हा स्वतःचेच अभ्यासाचे दिवस आठवतात.

अशा, पुन्हा एकदा अभ्यासाला बसलेल्या, पालकांचे दोन-तीन प्रकार असतात :

पहिल्या प्रकारातले पालक स्वतः अत्यंत हुशार, बुद्धिमान आणि कायम पहिल्या क्रमांकाने उत्तीर्ण होणारे असतात. त्यांना 'समजत नाही' असं काहीच नसतं. स्वतः मेहनत करून पुढे जाण्याची त्यांची तयारी असते. असे पालक असतील तर त्यांना मुलांच्या अभ्यासात अशा काही तक्रारी असतात, हे समजत नाही आणि खपतही नाही. असे पालक मुलांच्या नव्हे; तर स्वतःच्या नजरेने या प्रश्नाकडे बघतात. त्यांना हे लांच्छनास्पद वाटतं. मुलांमध्ये बौद्धिक सोडून काही वेगळ्या अडचणी असू शकतात, हे त्यांना मान्य होण्यासारखं नसतं.

दुसऱ्या प्रकारचे पालक हे मुलांना अशा काही अडचणी असू शकतात हे पटकन समजून घेऊ शकतात. कारण तेदेखील शालेय पातळीवर 'खूप हुशार' या वर्गातले नसतात. त्यांनासुद्धा अभ्यासात भरपूर अडचणी आलेल्या असतात. त्यामुळे असे पालक मुलांना समजून घेण्याचा प्रयत्न करतात, त्यांच्या पाठीशी उभे राहून योग्य मार्ग काढू शकतात.

तिसऱ्या प्रकारचे पालक असे असतात, की ज्यांना आयुष्यात शिक्षण घेण्याची संधी फारशी कधी मिळालेली नसते. असे पालक अक्षरशः जिवाचं रान करून मुलांना चांगल्या शाळेत घालतात. त्यांची फी भरण्यासाठी आणि त्यांना योग्य ती सर्व संधी मिळण्यासाठी खूप कष्ट उपसत असतात. मुलांनी शिकावं अशी त्यांची प्रामाणिक इच्छा असते. अशा परिस्थितीत त्यांच्या अपेक्षांना मुलं कमी पडली तर ते यांना सहन होत नाही. 'मी सगळं करतो, तू फक्त शीक' असं म्हणण्याइतकं शिक्षण आता सोपं राहिलेलं नाही. ते गुंतागुंतीचं झालं आहे. शाळेमध्ये अनेक विषय अभ्यासावे लागतात, ते सर्वच्या सर्व मुलांच्या आवडीचे असतीलच असं नाही. कुठल्यातरी आधीच्या इयत्तेत मूल मागे पडलेलं असतं, त्यामुळे त्याला पुढचं येत नसतं. सुरुवातीलाच जेव्हा ते मागे पडतं, त्याच वेळी त्याला मदतीचा हात दिला गेला नाही तर ते अजून मागे पडत जातं. शिक्षणातली ही गुंतागुंत आई-बाबांच्या माहितीची नसते.

या तिन्ही पालकांच्या दृष्टीने विचार केला तर त्यांच्यासाठी या कसोटीच्या वेळा असतात आणि त्यातून कसं बाहेर पडायचं हे खरोखर त्यांना समजत नसतं.

मुलांच्या अभ्यासातल्या अडचणी सोडवणं हे काम आई-बाबांना करायचं असेल तर सगळ्यात पहिली पायरी म्हणजे हा प्रश्न आपल्याला शांतपणे आणि शास्त्रीय पद्धतीने सोडवायचा आहे, हे मनात पक्कं करणं. त्यासाठी शिक्षकांकडून नेमक्या काय अडचणी येतात हे समजून घेणं. टाईमटेबल आखून योग्य पद्धतीने अभ्यास होतोय का, हे बघणं. अभ्यासाचा ताण न घेता-देता रोज एक ते दीड तास अभ्यास या गोष्टीला दिला तर मुलं यातून बाहेर येऊ शकतील.

मुलांचा कल नेमका कुठं आहे ते ओळखून त्यानुसार पावलं उचलणं ही झाली दुसरी पायरी. मुलांचा एखाद्या कलेकडे किंवा खेळाकडे ओढा असेल तर त्याला त्यापासून पूर्ण परावृत्त करून अभ्यासाला लावणं योग्य नव्हे. तर, 'अभ्यास करायचाच आहे' हे सांगून त्याला त्याच्या कलेसाठी किंवा खेळासाठी मोकळीक देणं हेही आवश्यक आहे.

तिसरी आणि या दोन्ही इतकी महत्त्वाची पायरी म्हणजे कुठल्याही प्रकारे आपल्या मुलांचा मिळणाऱ्या गुणांवरून अपमान होणार नाही याची काळजी घेणं. अभ्यासासाठी पाठीमागे लागणं, वेळोवेळी आठवण करून देणं या गोष्टी कराव्या लागतील. पण अभ्यासावरून त्याला चारचौघात बोलणी खावी लागली, त्याला सतत कमी लेखलं तर ते मूल अभ्यासाला न लागता अभ्यासापासून दूर पळतं!

आताच्या पिढीला कायमच 'अभ्यासू' असावं लागणार आहे. त्यांचा अभ्यास कधी थांबणार - संपणार नाहीये. मग आत्ताच अभ्यासापासून दूर पळून कसं चालेल?

■■■

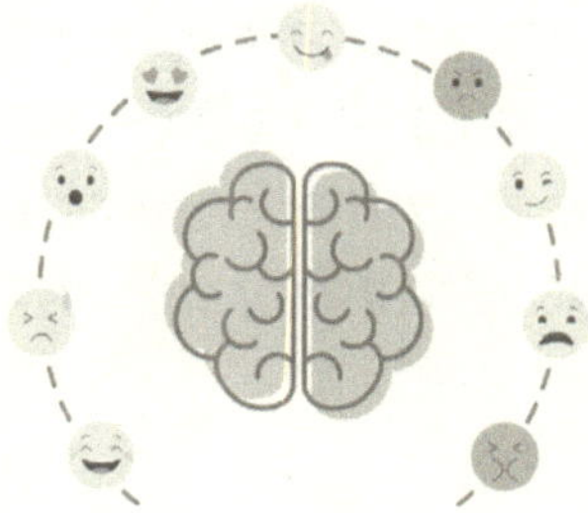

आई-बाबांचं मुलांशी नातं

काळजी करणारं ते काळीज असतं...
पण आईनेही केव्हातरी मोठं व्हायचं असतं.
बापाच्या काळजानं बघता-बघता
थोडं जवळही घ्यायचं असतं

मूल मोठं होत असताना त्याच्या जडणघडणीत आई आणि बाबा असा दोघांचाही वाटा असायला हवा. काही घरांमध्ये बाबांचा असा सहभाग असतोही; पण अशी घरं फार थोडी! बहुतेक वेळा ज्या घरामध्ये आई-बाबा दोघेही नोकरी करतात, त्या घरात मुलांची, त्यांच्या आजारपणाची, अभ्यासाची, वागण्याची, मुलांच्या मित्रमैत्रिणींची, त्यांना आणण्या-नेण्याची, त्यांची सिक्रेट्स जपण्याची, मुलांच्या वाढत्या वयात घरात शांतता टिकवून ठेवण्याची अशी बऱ्याच प्रकारची बहुतांश जबाबदारी आईच उचलताना दिसते.

काही घरांमध्ये बाबांकडे घराबाहेरची आणि आईकडे घरातली जबाबदारी अशी विभागणी असते तिथे; आणि बऱ्याच घरांमध्ये जिथे अशी विभागणी नाही, आईसुद्धा दिवसभर नोकरी-व्यवसायात असते तिथेही, आईच मुलांबरोबर असते. आपल्या लहानग्या मुलांच्या संगोपनात आपला काही वाटा असू शकतो हे बाबांच्या लक्षात येत नाही का?

मुलं मोठी झाली आणि प्रश्न संपले असं कधीही होत नाही. नव्या टप्प्यावर नवे प्रश्न पडत असतात. निव्वळ काळजी करण्याने काहीही हाती लागत नसतं. त्यातून नकारात्मकता तेवढी वाढत जाते. त्यापेक्षा प्रश्नांच्या मुळापर्यंत जा. सर्वात महत्त्वाचं म्हणजे आई-बाबा होण्याआधी आपण एक माणूस आहोत, हे अधूनमधून लक्षात ठेवलं तर बरं!

कधी-कधी वाटतं, बाळाचा जन्म होतो त्याच क्षणी आईच्या काळजीचाही जन्म होतो. खरं तर आपल्या पोटात एक बाळ वाढत आहे हे कळल्यापासून ती आई बाळाची 'बाय डिफॉल्ट' काळजी करायला लागते. जणू काही त्याशिवाय बाळाला चांगल्या प्रकारे वाढवताच येणार नाही की काय!

बाळ होईपर्यंतच्या काळात बऱ्यापैकी स्वच्छंदी आणि काहीशी बेफिकीर असलेली ही कन्यका अचानकच विविध प्रकारच्या काळज्या करायला लागते. त्याचीच मग तिला सवय होते. तिचं नवजात बाळ एक-दोन दिवसाचं असो किंवा तेरा-चौदा वर्षांचं; ती आई काळजी करतच राहते. 'आई ही आई असते' असं म्हणतात, ते कदाचित यामुळेच. मुलांसंदर्भात सर्व प्रकारच्या काळज्या ती करते.

या काळज्या तरी कित्ती-कित्ती प्रकारच्या...

- बाळाला रात्री झोप का लागत नसेल...
- बाळाला भूक लागली असेल का... , थंडी वाजत असेल का...
- माझ्या बाळाला ती शेजारची बाई असं का म्हणाली असेल...
- बाळ आजारी तर नाही ना पडणार...

माझ्या बाळाचं आयुष्य चांगलं जावं, या काळजीपोटी ती उपासतापास करायला लागते. ही झाली लवकरच्या वयातली काळजी.

हे बाळ हळूहळू मोठं होतं. शाळेत जायला लागतं. विकासाचा एक टप्पा गाठतं. मुख्य म्हणजे आईपासून सुटं व्हायला लागतं. आईदेखील आपला व्यवसाय, आपापल्या कामाला लागते. तिची व्यवधानं वाढतात. कदाचित ती आपल्या मुलांसाठी जास्त वेळ देऊ शकत नसेल; तरीही, तिचं बारकाईने लक्ष असतं.

एकदा शाळेत गेलं की मूल वयाचा एक टप्पा गाठतं. आता आईची काळजी कमी व्हायला पाहिजे. पण ही काळजीदेखील एका नव्या टप्प्यावर पोहोचलेली असते.

- त्याला चांगल्या शाळेत प्रवेश मिळेल ना? (चांगली शाळा म्हणजे काय याचे आई आणि बाबा याच्या कल्पना वेगवेगळ्या असू शकतात.)
- बालवाडीतल्या छोट्याला (एकट्यानेच!) बसनं किंवा व्हॅननं शाळेत पाठवणं हे सुरुवातीच्या काळात तिच्यासाठी एक दिव्यच असतं.
- आपल्या मुलाला / मुलीला काका नीट पोहोचवतील ना, व्यवस्थित आणतील ना, गाडी जास्तच जोरात चालवणार नाहीत ना?
- आपल्या छोट्याला शिक्षिका आणि तिथल्या मावशी नीट सांभाळतील ना, याच काळज्या जास्त असतात.

याला कोणीही हसो किंवा चेष्टा करो, किंवा काहीही म्हणो या गोष्टी आईच्या मनात येतातच. त्यामुळे ती अशा चेष्टेकडे दुर्लक्षच करते.

पुढे-पुढे मूल मोठं होईल तशी अभ्यास, परीक्षा, मित्रमंडळी, संगत, मुलांचं चांगलं किंवा चुकीचं वागणं या सगळ्या संदर्भात तिच्या मनात काळजीचा बराच मोठा कोपरा व्यापून राहिलेला असतो. शाळेत मुलांचं नीट निभावलं तर ठीक! पण, तसं झालं नाही, अभ्यासाच्या, वागण्याच्या तक्रारी येत राहिल्या तर या काळजीला पारावार उरत नाही.

शाळकरी मुलांच्या आया मुलांना शाळेत, क्लासमध्ये, ग्राऊंडला सोडून एकमेकींशी गप्पा मारत असतात, तेव्हा सुरुवातीला एकमेकींची चौकशी केली जाते. त्यानंतर गाडी आपापल्या मुलांकडे वळते, ते थेट एकमेकींना 'बाय' करेपर्यंत. मधल्या वेळेत त्या फक्त मुलांविषयी आणि बहुतांशी त्यांच्या प्रश्नांविषयी बोलत असतात. अशा गप्पांचा खरं म्हणजे फारसा उपयोग होत नाही. मात्र, यातूनच अनेक जागरूक आयांच्या हे लक्षात येतं की, 'अरे! आपण भेटलो की फक्त मुलांविषयी बोलत आहोत. मग त्या एकमेकींना सारखं मुलांविषयी नाही बोलायचं, असं बजावतात. आपण एकमेकांविषयी, आपण करत असलेल्या कामाविषयी, आपल्या अनुभवांविषयी बोलायला हवं.' या दृष्टीनं त्या प्रयत्न करतात. काही वेळा यशस्वी ठरतात, तर काही वेळा नाही.

मुलांमध्ये गुंतणं हे इतकं असतं, की ऑफीसमधली महत्त्वाची मीटिंग पार पडली की तिचं घड्याळाकडे लक्ष जातं. 'आलं असेल आत्ता शाळेतून' मनातल्या मनात एक नोंद घेतली जाते. स्वत:च्या व्यवसायानिमित्त आठ दिवस परगावी गेलेल्या आईला 'उद्या तिची इंटरस्कूल मॅच आहे' हे पक्कं लक्षात असतं. आणि जगाच्या पाठीवर कुठंही असली तरी फोनवरून सगळ्या सूचना दिल्या जातात.

खरं म्हणजे आई आपली किती काळजी करते, हे एव्हाना मुलांना माहीत झालेलं असतं. एवढंच नव्हे; तर या सगळ्या सूचना तिच्या हावभावांसह आणि हातवाऱ्यांसह, अगदी उदाहरणांसह तोंडपाठही झालेल्या असतात.

आई आणि काळजी हे समीकरण ग्रामीण भागात नव्या रूपात पाहायला मिळतं. मुलांनी शिकायला हवं. मुलं शिकली तरच त्यांचा या जगात निभाव लागेल. अभ्यास आणि त्यांचा विकास याविषयी आता सर्वदूर जाणीव - जागृती झालेली आहे. फक्त खाण्यापिण्याची आणि आजारपणाचीच नाही; तर व्यक्तिमत्त्व विकासाचीही काळजी आपणच घ्यायची आहे, यासाठी या झाशीच्या राण्या पुढे सरसावल्या आहेत. नवरा बापपणा निभावत नसेल तर त्याला बाजूला सारून, स्वतः निर्णय घेऊन, प्रसंगी काटकसरीची शर्थ करून आई मुलांच्या पाठीशी उभी राहते. आपल्या मुलांचं भविष्य ती कधीही रामभरोसे किंवा कोणाच्याही भरवशावर सोडत नाही. ती स्वतः शिक्षकांशी बोलते. सुट्टीतल्या शिबिरांसाठी कसंही करून मुलांना शहरात पाठवते. व्हेकेशन बॅचला पाठवते. ग्रामीण स्त्रीला विविध प्रकारची कामं आणि कष्ट करावे लागतातच. आता त्यात या नव्या कामांची आणि त्यातूनच नव्या काळज्यांचीही भर पडली आहे.

त्यामुळेच ग्रामीण भागातल्या पालक-शिबिरांना बरीच गर्दी होते. आपल्या मुलांची चांगली वाढ आणि विकास यासाठी ज्या व्यक्ती आपल्याला मदत करू शकतात, त्यांची सर्व प्रकारची मदत ती घेते. या विषयात सल्ला मागण्यात ती मागे पडत नाही. यामागचं एकमेव कारण म्हणजे आपल्या मुलांचं भलं झालं पाहिजे. आता तिचा फोकस पूर्णपणे ठरलेला आहे आणि त्यात भाबड्या आशेला मुळीच जागा नसते.

आपल्याला वेगवेगळ्या वयाच्या टप्प्यांवरच्या मुलांची खूप-खूप काळजी वाटत असेल, काळजीपोटी झोप लागत नसेल तर याचा तब्येतीवरही वाईट परिणाम झाल्याशिवाय राहणार नाही. एक शारीरिक सत्य लक्षात घ्या की, आपण निराशेच्या भावनेत सतत राहिलो तर आपल्या शरीराचा रक्तप्रवाह लिंबिक सिस्टीमकडे म्हणजे भावनांच्या प्रदेशातच घोटाळत राहतो. तो विचारांच्या प्रदेशाकडे म्हणजेच निओ कॉर्टेक्सकडे वळवायचा असेल तर सक्तीने लॉजिकल विचार करून रक्तप्रवाहाला वळवावं लागतं. नुसत्या काळजी वाटण्याचा प्रत्यक्षात काहीच उपयोग नाही. आपण काळजी करण्यात नेमका किती वेळ घालवत आहोत, आपल्या केवळ काळजी करण्याने मुलांचे परीक्षांमध्ये मिळणारे गुण वाढणार आहेत का किंवा वर्तन सुधारणार आहे का, याची उत्तरं प्रामाणिकपणे शोधा.

नुसता विचारच करायचा म्हटला तर एका मिनिटात पन्नासेक प्रकारचे विचार येऊन जातात. त्यातले खरोखरच जे प्रश्न भेडसावताहेत, ते लिहायचे ठरवले तर हाताच्या बोटांवर मोजता येतील एवढे तरी असतील का? त्यामुळे हे प्रश्न आधी लिहून काढा.

आता या प्रश्नांवर खरंच कोणते उपाय असू शकतात, हे ठरवा. घरातल्यांशी बोला, वाटलं तर त्या प्रश्नाशी निगडित योग्य त्या व्यक्तीशी बोला.

आत्ता कुठे तुम्हांला प्रश्न सोडवण्याची योग्य दिशा सापडेल. ती सापडली की पुष्कळसं ओझं हलकं होईल. ओझं हलकं झालं की त्यावर अंमलबजावणी करायची. त्यातही एक प्रकारचा ताण आहेच. पण विचारांच्या खोल-खोल आवर्तात गुंतण्यापेक्षा आपण एक पाऊल पुढे सरकल्यामुळे प्रश्न सुटण्याची शक्यता निर्माण होते.

बाळ लहान असतं तेव्हा त्याच्यासाठी आईचा आवाज आणि स्पर्श ही एक अनमोल गोष्ट असते. आपल्याकडे आईची थोरवी गायली गेलेली आहे, जी पूर्णपणे खरी आहे. आई असतेच मौल्यवान! अपवाद वगळता आईला पर्याय नसतोच.

पाश्चात्त्य देशात आईच्या आवाजाचा मुलांवर कसकसा परिणाम होतो, यावर अनेक संशोधनं झाली आहेत. आईचा शांत आवाज मुलांच्या मेंदूविकासावर चांगला परिणाम करत असतो. आईच्या चिडक्या आवाजाने मुलं अस्वस्थ होतात. आईचा आवाज मुलांसाठी फार महत्त्वाचा आधार असतो. छोटी बाळं रडतात. पण, जेव्हा ते आपल्या आईचा आवाज ऐकतात तेव्हा आपोआप शांत होतात, रडायचं थांबतात.

आईच्या बोलण्यामुळे, प्रोत्साहनपर शब्दांमुळे, मुलांच्या मेंदूतली विशिष्ट क्षेत्रं उद्दीपीत होतात. विशेषत: ऑटीझम झालेल्या मुलांना आईच्या चांगलं बोलण्याचा खूप फायदा होतो. भावी काळात मुलांचे सामाजिक संबंध सुधारण्यासाठीसुद्धा आईचे चांगले शब्द कारणीभूत असतात.

सात ते बारा या वयोगटातल्या मुलांवर केलेलं एक संशोधन असं सांगतं की, आईच्या आवाजाने ताण कमी होतो. ऑक्सीटोसीन हे एक छान हार्मोन आहे. आईशी छान संवाद झाला की हे हार्मोन निर्माण होऊन आपल्याला बरं वाटतं. म्हणून आईने मुलांशी शांत आणि स्थिर आवाजात संवाद साधणं फार आवश्यक आहे. या आवाजात बोलायची आईला सवय असेल तर आईला मुलांवर एकूणच कमी चिडचिड करावी लागते.

'आमची मुलं असं शांतपणे वगैरे बोलून ऐकत नाहीत!' अशी उपहासात्मक तक्रार आई करते, तेव्हा त्याचा अर्थ तिने मुलाशी शांत, स्थिर आणि समजुतीने बोलण्याचा फार कधी प्रयत्नच केलेला नाही. मुलांना याची सवयच नसेल तर मुलं ऐकणार तरी कसं? काही कुटुंबात आई-मुलं यांच्यात आश्वासक नातं तयार होत नाही. याचं कारण शोधून त्यावर उपाय केला पाहिजे. कारण मुलं आणि आई यात जे नैसर्गिक नातं आहे, ते आहेच; ते कोणीही नाकारू शकत नाही. काही भांडकुदळ आणि विचित्र घरांमध्ये 'तुझी आई वेडीच आहे, तिचं काय ऐकायचं!' अशी अपमानास्पद भाषा बोलली जाते. तिला कमी लेखलं

जातं. अशा वेळी आईने आपल्या आवाजाचं स्वतःच्या आणि मुलांच्या लेखी असलेलं महत्त्व ओळखावं.

सध्याच्या काळात आईऐवजी मुलांना जे कोणी सांभाळतं, ते चांगला संवाद साधत असतील तर साधारण असेच निष्कर्ष निघण्याची शक्यता आहे. मात्र, असं असलं तरी आईने आपल्या छोटुकल्याशी बोलण्यासाठी काही वेळ काढावाच.

पण, एक धोक्याची घंटा म्हणजे, हीच गोड परिस्थिती कायम टिकत नसते.

बाळ लहान असतं तेव्हा त्याचं सगळं काही आई पुरवते. बाबा प्रत्येक गोष्टीकडे लक्ष देतो. बारा-तेरा वर्षांची होईपर्यंत मुलंही आई-बाबांचं ऐकतात. आई-बाबांशिवाय त्यांना दुसरं जग नसतं. पण नेमकी यामुळेच आई-बाबांना– विशेषतः आईला मुलांना बारीकसारीक सूचना देण्याची सवय लागते. ही सवय चांगलीच असते. कारण लहानग्या मुलांना या सूचनांची गरज असते. या सूचना मुलं पाळतातही! 'आईचं ऐकायचं असतं. आईला सगळं कळतं' यावर मुलांचा १००% विश्वास असतो.

यथावकाश मुलं मोठी होतात. त्यांची ही सूचनांची गरज संपते. आई-बाबा मात्र तिथेच अडकून राहतात. ते मोठे होतच नाहीत. ते सतत सूचना करत राहतात. मुलांना बोलतात, ओरडतात, कसं वागावं, रस्ता कसा ओलांडावा, मित्रांशी कसं वागावं, स्वतःचं व्यवस्थित आवरावं, याच्या असंख्य सूचना देत राहतात. ज्यांची मुलांना मुळीच गरज नसते.

आपल्याला मोठ्या माणसांप्रमाणे वागवावं ही आता मुलांची खरी गरज असते. त्यालाही सूचना, सल्ले, मदत, सगळं काही हवं असतं. पण हे सल्ले त्याला/तिला हवे असतील तेव्हा! त्याला/तिला ज्या विषयावर सूचना हव्या असतील त्याच विषयावर! सर्वात महत्त्वाचं म्हणजे त्यांना साधासुधा सल्ला हवा असतो. त्यात मागचा उकरून काढलेला इतिहास, आई-बाबांचा त्याग, उपदेश हे काही नको असतं.

असा साधासुधा सल्ला, मदत त्याला मिळते का?

नाही!

मागचा उकरून काढलेला इतिहास, आई-बाबांचा त्याग, उपदेश हे पॅकेज कायम बरोबर असतं. हे मुलांना कळून चुकतं, तेव्हा मुलं पालकांकडे सल्ला मागायला येतच नाहीत. त्यांच्या वाऱ्यालाही उभे राहत नाहीत. बहुतेक सर्व गोष्टी परस्पर बाहेरच निपटून टाकतात. कारण ते त्यांना परवडतं.

मित्राचा किंवा मैत्रिणीचा सल्ला कसा सोपा सरळ! त्यांचा सल्ला घेताना या पॅकेजचा मागमूसही नसतो. त्यामुळे हा सल्ला मागणं सोपं असतं.

केवळ यामुळेच मुलं आई-बाबांच्या अनुभवी सल्ल्यांना सरळसरळ मुकतात. आई-बाबांचा अनुभव, आई-बाबांचं निःस्वार्थी - निरपेक्ष प्रेम याला मुकतात. आई-बाबा हे

जगातले सर्वोच्च हितचिंतक (वेलविशर) असतात. त्यांना फक्त आपलं हित हवं असतं, या कशाला अर्थच उरत नाही, याचं एक महत्त्वाचं कारण म्हणजे ते पॅकेज.

मागचा उकरून काढलेला इतिहास, आई-बाबांचा त्याग, उपदेश हे सर्व आपण टाळू शकत नाही का?

टाळायला शिकलं पाहिजे. कारण आई-बाबांचं असं बोलणं मुलांना इतकं त्रासदायक होतं की मुलं हे ऐकतच नाहीत, असं सांगितलं तर पटेल का?

पण हे खरं असून आता न्यूरोलॉजिकल लॅबमध्ये सिद्धही झालेलं आहे.

पीट्सबर्ग, कॅलिफोर्निया - बर्कले विद्यापीठातल्या काही संशोधकांनी एकत्र येऊन क्युंग ली यांच्या नेतृत्वाखाली एक प्रयोग केला.

यात १४ वर्षांच्या आसपासची ३२ निरोगी मुलं सहभागी झाली होती. त्यात २२ मुली होत्या. या सर्वांना काही प्रि-रेकॉर्डेड आवाज ऐकवले. यात आई नेहमी त्यांच्याशी ज्या सुरात बोलते, ते रेकॉर्ड केले होते. मुलांना हे आवाज ऐकवले, तेव्हा आईच्या तक्रारखोर आवाजाला त्यांच्या मेंदूने कसलाही प्रतिसाद दिला नाही.

याचं कारण काय असेल?

आईचे सुरुवातीचे काही शब्द ऐकल्यावर पुढे ती काय बोलणार, किती वेळ बोलणार हे सर्व मुलांना पूर्ण पाठ असतं. या बोलण्याला प्रतिसाद देण्याची गरज त्यांच्या मेंदूला वाटलीच नाही.

असं असेल तर आईने अनेकदा, शंभर वेळा, तेच ते सांगण्याचा काय उपयोग?

आई-बाबांनी आपला वेळ आणि शक्ती कशासाठी खर्च करायची?

पण, सल्ले दिल्याशिवाय आई-बाबांना राहवत नाही, त्याचं काय करायचं?

एकच उपाय म्हणजे आई-बाबांनी– विशेषत: आईने मुलांशी कमीत कमी, मोजकं आणि नेमकं बोलायचं. हे खूप अवघड आहे... खरंच खूप अवघड आहे. पण बोलून काहीच फायदा होणार नसेल तर कमीत कमी बोलण्याचा प्रयोग करून बघायला काय हरकत आहे?

आई नेहमीसारखी 'पकवत' नाही, हे लक्षात आल्यावर ती काय बोलते, हे कान देऊन मुलं ऐकतील... लहानपणी ऐकायची तशीच!

मोजकं, नेमकं, विषयाला धरून, विषयाला पुरेसं एवढंच बोलण्याची नवी सवय लावून घेतलेली केव्हाही बरी!

याशिवाय, मुलांना जे काही सांगायचंच आहे, ते दोन ओळींची चिठ्ठी लिहून, घरातल्या फळ्यावर खडूने लिहून, मोबाईलवर मेसेज पाठवून किंवा इतर कोणाकरवी निरोप पाठवून

सांगावं. शाब्दिक सल्ले टाळावेत, गप्पा भरपूर माराव्यात, लक्षही असू द्यावं; पण बोलावं कमी!

वरील संशोधन हे केवळ टीन-एजमधल्या मुलांवर केलेल्या प्रयोगाचे निष्कर्ष आहेत. या वयाच्या आधी आणि नंतर– कायमच मुलांना आई लागत असते. तिचा आवाज हवाहवासा वाटतो, हे एक सत्य आहेच. पण ज्यांची मुलं या वयात आहेत, त्यांनी हे लक्षात घ्यावं.

महत्त्व 'वडीलकी'चं!

मनीमाऊ तिच्या गोंडस पिल्लांना जन्म देते. ती स्वत: पहिलटकरीण असली तरी तिच्या मेंदूमध्ये ज्या गोष्टी निसर्गानेच 'सेव्ह' करून पाठवल्या आहेत, त्यानुसार ती पिल्लांना सांभाळते, त्यांना जगवते, त्यांच्या सुरक्षिततेची काळजी घेते. यात पिल्लांचा बाबा कुठेही नसतो. मनीमाऊवर आपला वंश सांभाळण्याची मोठीच जबाबदारी असते. ती पार पाडण्याचा ती कसोशीने प्रयत्न करते. ती पिल्लांवर प्रेम करते, त्यांना चाटते, भक्ष्याला पकडण्याच्या काही गोष्टी शिकवतेसुद्धा. जे तिच्या मेंदूत आहे ते सर्व ती करते.

वाघीण तिच्या बछड्यांना आपलं अस्तित्व टिकवून ठेवण्यासाठी काही जीवनकौशल्यं शिकवते. त्यांच्यावर प्रेम करत शिकार कशी करायची याची प्रात्यक्षिकं दाखवते. हे काम नीट न करणाऱ्या बछड्यांवर गुरगुरते. यात वाघाची काहीच भूमिका नसते.

बोकाबाबा आणि वाघबाबा आपल्या पिल्लांची मुळीच काळजी करत नाहीत. आपली पिल्लं त्यांच्या गावीही नसतात.

पक्षी मात्र पक्षिणीला सगळी मदत करतो. तिच्या मनासारखं, बाळांसाठी सुयोग्य असं घरटं बांधणं, पक्षीण अंडी उबवायला बसली की तिच्यापाशी असणं, पिल्लांना खाऊ घालणं इथपर्यंत पक्षी तिच्याबरोबर असतो.

मानव हा टोळीत फिरणारा प्राणी आहे. बाबा बरोबर असतो; पण मानवप्राण्याची पिल्लं बहुसंख्य वेळा आईलाच चिकटलेली असतात. बाळ जन्माला आलं की बहुसंख्य घरांमध्ये बाळाभोवती स्त्री-वर्गाचा गराडा पडतो. 'बाबाला हे जमणारच नाही,' असं गृहीत धरून कामाच्या सगळ्या जबाबदाऱ्या आई, आजी, मावशी, काकू यांच्यात वाटल्या जातात. 'बाबा कामावर जातो म्हणून' असं कारण दिलं तर या सर्व स्त्रियाही आपापली घरची आणि ऑफीसमधली कामं सांभाळून बाळाला सांभाळण्यासाठी रात्रीचा दिवस करतात. अशा वेळी 'मला त्यातलं काय कळणार,' असा विचार बाबा करतो आणि बाळाच्या संगोपनापासून दूर राहतो. इथेच बाळाशी कनेक्ट होण्याच्या त्याच्या पहिल्यावहिल्या संधी निघून जातात.

सुरुवातीच्या या वर्षांमध्ये बाळाशी कनेक्ट का व्हायचं? या मागचं मेंदूशास्त्रीय कारण असं की, जन्मापासून बाळाला ज्यांचा स्पर्श होतो, ज्यांचा आवाज ऐकू येतो त्या सर्वांचे अनुभव बाळाच्या स्मरणक्षेत्रात जातात. तिथे त्या-त्या आवाजाचे सिनॅप्स तयार होतात. सिनॅप्स म्हणजे न्यूरॉन्स या पेशींची मिळालेल्या अनुभवांच्या आधारे झालेली जोडणी. मेंदूमध्ये अशा असंख्य जोडण्या असतात. आपल्या समाजात आई, आजी, मावशी, काकू यांच्या स्पर्शामुळे, आवाजामुळे, त्यांच्या बाळावरच्या प्रेमाचे सिनॅप्स आपोआप तयार होतात. त्या प्रमाणात बाबाचे सिनॅप्स तयार होत नाहीत. प्रेमाचा हा संबंध आयुष्यभर टिकणारा असतो.

बाळाच्या भाषाविकासाबद्दल बोलायचं तर, बाळ आईच्या पोटात असतं तेव्हा बाळाला आईचा आवाज स्पष्ट ऐकू येत असतो आणि बाकीचे आवाज थोडे अस्पष्ट ऐकू येत असतात. निदान बाळाच्या जन्मापासून बाबा बाळाशी गप्पा मारत राहिले तर बाळाला त्यांचा आवाजही तितकाच ओळखीचा वाटेल.

बाळाच्या मेंदूतला व्हर्निक एरिया जन्मापासूनच कार्यरत असतो. ऐकलेल्या शब्दांचं आकलन हे या एरियाचं काम आहे. ऐकलेले शब्द स्मरणकेंद्रात जातात. साधारणपणे एक वर्षाच्या आसपास ब्रोका एरिया विकसित होतो. हा बोलण्याला मदत करणारा एरिया आहे. आजपर्यंत जे व्हर्निकमध्ये सेव्ह झालेलं आहे– थोडक्यात, एका वर्षापर्यंत जे शब्द ऐकले आहेत– तेच शब्द बाळ बोलतं. म्हणून बाबांनीही बोलायला हवं. आईपेक्षा बाबांचे नवे शब्द, बोलण्यातले उतार-चढाव, गमतीजमती या वेगळ्या असू शकतात आणि बाळाला त्यासुद्धा अवगत होऊ शकतात.

बाळ जन्मल्यापासूनच्या पहिल्या दोन वर्षांत बाळाचा मेंदू खूप तल्लख असतो. बाळ खूप छोटं असलं तरी त्याचा मेंदू या काळात खूप चालतो. आसपासच्या वातावरणातले सर्व स्पर्श, आवाज, दृश्य तो टिपून घेत असतो. त्याची पंचेंद्रियं मिळालेल्या सर्व माहितीला न्यूरॉन्सपर्यंत जोडण्याचं काम अव्याहतपणे आणि वेगाने करत असतात. म्हणूनच, बाबांचा आवाज, बाबांचा स्पर्श बाळापर्यंत– त्याच्या न्यूरॉन्सपर्यंत फारसा पोहोचत नाही. परिणामी, बाळाच्या मेंदूत बाबांविषयीचे सिनॅप्स तयार होत नाहीत. त्यामुळे ओली बाळंतीण असलेल्या आईची काळजी इतर स्त्री-वर्गाने घ्यावी आणि बाळाच्या काळजीत स्त्री-वर्गाने बाबांचा पुरेसा समावेश करायला हवा, हे त्यातलं महत्त्वाचं!

जे बाबा काही कारणांनी बाळापासून दूर, परगावी किंवा परदेशी असतात, त्यांनी वेळात वेळ काढून बाळाशी बोलायला हवं. जमेल तेव्हा बाळाबरोबर वेळ काढायला हवा. इतर बहुसंख्य बाबा घरात असूनही बाळापासून लांब असतात. त्यांनी ही काळजी घ्यायला हवी. ज्या घरात आई सिंगल पेरेंट असते, तिथे बाबांचा कप्पा रिकामाच राहतो. ती जागा

आजोबा, मामा, काका, मित्र यांनी भरून काढायला हवी. तर, ज्या घरात आई बाळापासून दूर असेल, आई या जगात नसेल, ती दूरदेशी असेल तर त्या वेळी इतरांनी हीच काळजी घ्यायला हवी.

निदान बाळाच्या जन्मानंतर पहिल्या दिवसापासून आईइतकाच सहवास बाबांचाही मिळाला तर चांगलं! बाळाला जपणं, सांभाळणं, त्याची कामं करणं हे लहान वयात करता येईल. मूल मोठं होईल तसं त्याच्याशी खेळण्यासाठी वेळ राखून ठेवणं हे बाबांना करता येईल. गोष्टी सांगणं, वाचून दाखवणं, स्वत:बरोबर फिरवणं, कामाच्या ठिकाणी घेऊन जाणं– किमान काही गोष्टी दाखवणं, जगातल्या वाईट गोष्टींचीही ओळख करून देणं अशा गोष्टी केल्या तर बाबांकडून मुलंही कित्येक गोष्टी शिकतील. बाबांबरोबर असल्याचा वेगळा फायदा मुलांच्या मेंदूला मिळेल. मुलांच्या मेंदूविकासाला वेगळे कंगोरे मिळतील.

आजवरच्या बहुसंख्य घराचा विचार करता बाबा आईपेक्षा थोडे लांबचे असतात. ज्यांचा धाक वाटावा असे ते असतात. काही घरांमध्ये फक्त पैसे मागण्यापुरताच बाबांचा उपयोग असतो, तर काही घरांमध्ये बाबा चिडके, तापट असल्यामुळे बाजूला पडतात. काही घरांमध्ये बाबा व्यसनी असल्यामुळे घरचे त्यांना लांब ठेवतात. कित्येक घरांमध्ये कामानंतरचा वेळ बाबा मित्रांबरोबर घालवतात, आई मात्र काम झाल्यावर लगेच पिल्लांपाशी पोहोचते. कोर्टदेखील आईलाच झुकतं माप देतं. आईचा सहवास जितका महत्त्वाचा तितकाच बाबांचाही असतो, हे बाबांना कळून वळायलाही हवं.

आपण बोकाबाबा आणि वाघबाबा यांच्या जवळचे, की पक्षिबाबांच्या कुळातले, याचा निर्णय बाबावर्गाने घ्यायला हवा. आपली मुलं कोणत्याही वयाची असली तरी संवाद साधायला हवा. याला उशीर झालेला असला आणि मुलांच्या आयुष्यातली ती महत्त्वाची वेळही निघून गेलेली असली तरी मेंदू या प्रयत्नांची दखल नक्की घेईल. सिनॅप्स नव्याने नक्कीच तयार होतील.

मिळून सारे जण

आपण खूपच सहजपणे म्हणून जातो, की 'आपण मुलांना घडवतो.' पण कितपत खरं आहे? आपण मुलांना घडवत असतो तेव्हा आपणही घडत असतो. मुलं आपल्याला - कुटुंबाला केवढं तरी घडवतात. पंचविशीच्या दोन स्वच्छंदी आणि मनमौजी व्यक्तिमत्त्वांना जबाबदार, काळजीवाहू आणि दूरदृष्टीची व्यक्तिमत्त्व बनवण्यात, आपल्यामधली सहनशक्ती वाढवण्यात (पेशन्स) आपल्या मुलांचा केवढा तरी हातभार असतो.

मुलांमुळे आपल्या जगण्याला, आयुष्याला एक चौकट येते. काही कुटुंबांमध्ये ही चौकट बंदिस्त असते– जे अजिबातच योग्य नाही. कारण यामुळे मुलांवर चौकटीतच

जगण्याचे संस्कार होतात. चौकटीबाहेरच्या समस्या आल्या तर त्यांना त्या सोडवता येत नाहीत. सर्वात महत्त्वाचं म्हणजे भविष्यात मुलं आपली क्षितिजं विस्तारत जातील तेव्हा त्यांना चौकटीबाहेरच्याच समस्या सोडवाव्या लागणार आहेत. आयुष्य कधीही सरळ रेष मारल्यासारखं नसतं. नव्या वळणांवर कोणती गोष्ट आपल्या 'स्वागता'साठी तयार असेल हे सांगता येत नाही.

मुलांसकट नवनवे अनुभव घेणं, त्यासाठी स्वतःला आणि पूर्ण कुटुंबाला सतत संपन्न करत राहणं, समृद्ध करत राहणं हा एक वेगळाच प्रवास आहे. जी कुटुंबं समृद्धतेचा हा प्रवास मुलांसह करतात, त्यांना सुखा-समाधानाचा शोध लवकर लागतो. अशा कुटुंबाचे मुलांबरोबरचे बंध खूप छान जुळतात आणि ते भविष्यातही टिकतात.

अनेक कुटुंबांना या पद्धतीने, या दिशेने प्रवास करणं जमत नाही. अशी काही कुटुंबं असतात, जिथे मूल झाल्यानंतर साधारणपणे आई घराशी जास्त प्रमाणात बांधील राहते. तिच्यावर जास्त जबाबदाऱ्या असतात. काही घरांमध्ये या जबाबदाऱ्या तिच्यावर टाकल्या जातात, तर काही घरांमध्ये ती स्वतःवर काही बंधने घालून घराशी जास्तीत जास्त बांधील राहण्याचा प्रयत्न करते. मुलांचा अभ्यास, त्यांचा आहार, त्यांना शाळा-क्लासमध्ये सोडणे, अशाच कामांमध्ये ती पुरती गुरफटून जाते. ती स्वतः नोकरी किंवा व्यवसाय करत असली तरीसुद्धा उरलेला पूर्ण वेळ ती मुलांना देते. काही घरांमध्ये बाबा तिची काही कामं वाटून घेतात. तरीही, मुख्य जबाबदारी असते ती त्या आईवर. आठवड्यातले पाच दिवस आपलं काम, अभ्यास, मुलांचे छंद जोपासणं यासाठी दिल्यानंतर सुट्टीच्या दिवशी पुन्हा तेच म्हणजे जास्त अभ्यास, जास्तीची घरगुती कामं यातच गुरफटून राहिलं तर तिचा स्व-विकास कसा होईल?

अशा पद्धतीने वर्षानुवर्षं तेच चालू राहिलं तर संपूर्ण कुटुंबाचा समृद्धीच्या दिशेने प्रवास होतोच असं नाही. त्यामुळे सुट्टीच्या दिवशी वेगळ्या अनुभवांसाठी संपूर्ण कुटुंबाने सज्ज राहायला हवं.

हे वेगळे अनुभव म्हणजे नक्की काय?

- कधी एखादी छोटी सहल असेल. मुलं वाढत्या वयातली असतील तर त्यांच्यावर संयोजनाची, नियोजनाची, जमाखर्च लिहिण्याची जबाबदारी देता येते.
- कधी एखाद्या वेगळ्याच क्षेत्रात काम करणाऱ्या व्यक्तीचं काम समजून घेण्याच्या निमित्तानं त्यांचं काम प्रत्यक्ष बघता येईल. ते समजून घेण्यासाठी जे प्रश्न विचारावे लागतील ते त्यांनीच काढायचे आणि विचारायचे.
- एखादी चांगली संस्था बघायला जाता येईल.

- कधी घरातली डागडुजी, दुरुस्ती असं काही असेल तर ते काम सर्वांनी मिळून करायचं.
- कधी सगळ्यांनी मिळून घरासाठी एखादी नवी वस्तू तयार करायची. उदाहरणार्थ, छोटं स्टूल - रॅक तयार करणं, कपाट रंगवणं, घराची सजावट करणं इत्यादी.
- कधी मित्रमंडळींना घरी जेवायला बोलावलं असेल तर सर्वांनी मिळून तो बेत अमलात आणणं. कामाचा आपापला वाटा उचलणं. नेहमी असे कार्यक्रम मोठ्यांचे, मोठ्यांनी केलेले असतात. या कार्यक्रमात आवर्जून कुटुंबातल्या प्रत्येक व्यक्तीचा लहानमोठा वाटा असलाच पाहिजे.
- एकमेकांसाठी आतापर्यंत कधीच न केलेल्या गोष्टी प्रत्यक्षात आणणं. यासाठी थोडी कल्पकता लागेल.
- एकमेकांची कामं करणं. कामांची अदलाबदल करणं.

इथे काही गोष्टी सुचवल्या आहेत. यामध्ये आपल्या कुटुंबाला जे जमेल, झेपेल, पटेल, आवडेल ते करून बघावं. यात भर घालावी.

सगळेच शनिवार-रविवार मोकळे मिळतील असं नाही. कदाचित या दोन्ही सुट्टीच्या दिवसांत मधले एक-दोन तासच मिळतील. त्या दिवसांमध्ये किंवा त्या तासांमध्ये पूर्ण कुटुंबाने एखादी नवी ॲक्टिव्हिटी केली तर फारच छान!

इथे आपल्या कुटुंबातील सदस्यांची वैशिष्ट्ये लक्षात घेऊन तसं प्लॅनिंग करावं. समजा, सिंगल पेरेंट असतील तर मुलांसह एखादा अनुभव दोघांनीही नव्याने घ्यायचा, असं घडू शकतं. एखादा अनुभव मुलांबरोबर आपणही पहिल्यांदाच घेणं, यातही एक वेगळीच मजा आहे. उदाहरणार्थ, दर वेळी आपण आपल्याला माहीत असलेल्या गोष्टी मुलांना सांगत असतो. यामध्ये 'मला हे माहीत आहे' आणि 'तू हे बघ' किंवा 'तू हे समजून घे' किंवा 'यातली मजा बघ', 'असं करून बघ' अशीच आपली वाक्य असतात. परंतु या संकल्पनेमध्ये आपल्यालाही कल्पना नसलेला नवा अनुभव अभिप्रेत आहे. उदाहरणार्थ, आपण यापूर्वी कधीही गेलो नाही अशा गावात मुलांसह जाणं, तिथल्या नवीन गोष्टी शोधणं, असं काही करायला हवं. यामध्ये चुका होणंसुद्धा क्षम्य आहेच. रस्ता चुकणं, एखादा निर्णय चुकणं, एखादं प्लॅनिंग पूर्णपणे फसणं, आपल्याला वाटत होतं तसं घडणं किंवा न घडणं हे स्वीकारता यायला हवं.

एखाद्या अवघड, अनपेक्षित प्रसंगात एकमेकांशी भांडणं न करता, 'तुझ्यामुळे झालं' असं न म्हणता, जी चूक घडली आहे ती सगळ्यांनी मिळून दुरुस्त करणं यात एक वेगळाच आनंद आहे. यातून शिकणं आहे. यात आपण मुलांना सहभागी करून घेऊ शकतो. त्यांनी केलेल्या सूचना प्रत्यक्षात आणू शकतो. त्यांच्या सूचना खरोखरीच चांगल्या असतील

तर त्यांना शाबासकीसुद्धा देऊ शकतो. यामुळे सर्व काही व्यवस्थित प्लॅनिंग केलेलं असतानासुद्धा काही गोष्टी फसू शकतात, हे मुलांना समजतं. यातून त्यांच्या मनामध्ये शिकण्याची प्रक्रिया घडून येते, समस्या कशा सोडवायच्या, हे ते शिकत जातात.

वर म्हटल्याप्रमाणे संपूर्ण कुटुंबाने ठरवून एखादं छोटं-मोठं आव्हान स्वीकारल्यानंतर, प्रत्येकाने आपापली कामे योग्य पद्धतीने करत असतानाही संपूर्ण कुटुंब नवीन गोष्टी शिकत असतं. एक वेळ ती वस्तू चुकली, वापरता आली नाही तरीसुद्धा चालेल. इथं वस्तूला दुय्यम महत्त्व असून मेंदूतल्या शिकण्याच्या प्रक्रियेला जास्त महत्त्व आहे.

एखाद्या श्रीमंती मॉलमध्ये फिरायला जाऊन सगळ्यांनी मिळून खरेदी करण्याचा आनंद वेगळा आणि सगळ्यांनी मिळून चुकतमाकत एकमेकांच्या चुका सांभाळून घेत स्वतःला नवीन प्रकारे घडवणं यातला आनंद अजूनच वेगळा! कदाचित त्यामध्ये आनंद, मजा, गंमत, समाधान या सगळ्याच गोष्टी एकात एक हात गुंफून येतील. यातून नुसती ती वस्तू घडवणं होणार नाही, कदाचित एखादी यशस्वी सहल एवढ्यापुरते मर्यादित राहणार नाही; तर सर्व कुटुंबाचा एक छान प्रवास सुरू राहील.

अनेक कुटुंबं आज विविध अवघड प्रश्नांनी त्रासलेली दिसतात. हे प्रश्न इतकेही अवघड नसतात की सोडवताच येणार नाहीत. सगळे प्रश्न सुटतात. आपल्या हातातली सुई जिथे पडली तिथेच सापडेल, दुसरीकडे कितीही शोधलं तरी सापडणार नाही. हे सूत्र कायम लक्षात ठेवायला हवं. सर्वांनी मिळून शोधलं तर लवकर सापडेल, हेही तितकंच खरं!

जिथला प्रश्न तिथेच सोडवायला हवा, हे लक्षात घेऊन तुम्ही मुलांच्या संदर्भातले कोणते प्रश्न सोडवले आहेत? किंवा जिथला प्रश्न तिथेच सोडवायला हवा, हे लक्षात न आल्यामुळे काय चुका झाल्या?

मुलांशी मैत्री

'बालमानसशास्त्र' या शाखेचा गेल्या चाळीस-पन्नास वर्षांपूर्वी उगम झाला. सुरुवातीला क्षीण असणारी ही गोष्ट आता चांगलीच रुजली आणि फोफावली. पालक अधिक समजूतदार झाले. पूर्वी मुलांशी वागायचं म्हणजे ठोकशाहीने वागायचं असा एक सर्वसाधारण पायंडा होता. सगळ्या घरांमध्ये हे घडत असेल असं नाही. पण अभ्यास केला नाही की ठोकायचं, खोटं बोलला की ठोकायचं, हा एकच मार्ग वापरला जायचा. अजूनही कित्येक घरात तो वापरला जातो. बालमानसशास्त्र आल्यावर निदान काही घरांमध्ये हे चित्र बदलायला हळूहळू

सुरुवात झाली. लोक नव्या नजरेनं आपल्या मुलांच्या वाढीकडे, त्यांच्या विकासाकडे बघू लागले. त्यांचे हट्ट, बेशिस्त, खोटं बोलणं अशा काही गोष्टींत एकदम टोकाची भूमिका न घेता, विचारपूर्वक भूमिका घेऊ लागले. कधी आई, तर कधी बाबा सामंजस्याने पुढे होऊन हे प्रश्न सोडवायला लागले. काही प्रश्न हे शांतपणाने सोडवल्यामुळे सुटलेही! काही प्रश्नांसाठी अन्य व्यक्तींची मदत घ्यावीही लागली असेल; पण प्रश्न सुटले. भिजत ठेवलेले प्रश्न सुटत नाहीत. उलट, ते वेगळंच रूप घेऊन पुन:पुन्हा भेडसावतात. पण बालमानसशास्त्राचा विचार करून आई-बाबांनी त्यांच्यासमोरचे प्रश्न विविध मार्गांनी सोडवायला सुरुवात केली.

आपले आई-बाबा आपल्याशी कसे वागले, याचंही विश्लेषण या नव्या पालकांनी केलं. कोणत्या प्रसंगात त्यांनी समजून घेतलं, कोणत्या प्रसंगात शिकवलं, याचा विचार केला. आपले आई-बाबा आपल्याशी फारच वाईट वागायचे, हे ज्या नव्या पालकांना जाणवलं, त्यांनी आपल्याला मुलं होतील तेव्हा आपण त्यांना समजून घ्यायचं, त्यांना दुखवायचं नाही, असं ठरवलं. त्याप्रमाणे पालक वागलेही!

ज्यांना सातत्यानं तसं करायला - वागायला जमलं, त्यांची मुलंही त्यांच्याशी चांगली वागताना दिसू लागली. काहींना मुलं टीन-एजमध्ये येईपर्यंत चांगलं वागायला जमलं. पुढे टीन-एजचा वादळी काळ जवळ येऊ लागला तसं पालकत्वही वादळी होत गेलं. आत्तापर्यंत ऐकणारं मूल अचानक कोणतंही कारण नसताना ऐकेनासं होतं, स्वत:चं (पालकांना ठाम चुकीचं वागणारं) मत दामटून रेटायला बघतं आणि हे फक्त मताच्या पातळीवर न राहता, कृतीत उतरवायला बघतं, तेव्हा तर सगळा बांध फुटतो. रणकंदन सुरू होतं.

आजपर्यंत प्रेमाने वागणाऱ्या आई-बाबांना अचानक झालं तरी काय, हे मुलांनाही समजत नाही. काही मुलं आपलं काहीतरी चुकलंय हे समजून जातात; तर काही मुलांच्या मनात येतं की, हा माझ्यावर अन्याय आहे. तुम्ही माझ्याशी असे वागूच कसे शकता! तुमची एक टीम आहे आणि मी बाहेरचा / बाहेरची आहे, असे विचार मनात येऊन ते आई-बाबांशी तुटक वागायला लागतात. कधी-कधी घरापासून तुटतातही!

काही मुलांच्या मनात 'माझ्याशी वाईट वागणारे सगळे दुष्ट आहेत. मी या जगात एकटाच आहे. मला कोणी नाही. माझे आई-बाबासुद्धा माझे कोणी नाहीत,' अशा प्रकारांची आवर्तनं रेंगाळायला लागतात.

आणि इथेच आई-बाबांना वाटायला लागतं, की आपलं नक्की काय चुकलं? आपण मुलांना छान समजून घेतलं, आपल्या परीने जे-जे शक्य होईल ते सगळं पुरवलं, कुवतीपेक्षा चांगल्या शाळेत घातलं, क्लासला घातलं, आईने तर उत्कृष्ट आणि आदर्श

बालसंगोपनासाठी नोकरी केली नाही किंवा असलेली चांगली नोकरी सोडली. तरीही, मुलं अशी का वागतात, हेच का फळ, असं वाटायला लागलं तर त्यात चुकीचं काही नाही.

बालमानसशास्त्रानुसार, आई-बाबा हे मुलांचे मदतनीस, मित्र असायला हवेत. आई-बाबांना मुलांशी मैत्री करायची असते. पण मुलं कुठे तयार असतात? यात आई-बाबांनी समजून घ्यायला हवं, की तंत्रज्ञानातली बहुदिश क्रांती ही नात्यांवर परिणाम करते आहे. याचे काही चांगले परिणाम आहेत, तसेच वाईट परिणामही आहेत. सर्वात महत्त्वाचं म्हणजे मुलांना वाढवताना आपण याचा विचार केला नव्हता. करणार तरी कसा! कारण ही संपूर्णपणे नवी गोष्ट आहे. त्याची व्याप्ती आणि खोली आपल्याला आधीच कशी कळणार होती?

मुलांच्या दृष्टीने विचार केला तर आपल्या आई-बाबांनी आपल्याला बालमानसशास्त्राच्या तत्त्वानुसार शिकवलंय की नाही, याच्याशी मुलांना काहीएक देणं-घेणं नसतं. आपल्या आईने आपल्यासाठी नोकरी / हवा तो व्यवसाय केला नाही, हे तर त्यांच्या गावीही नसतं. (निदान या वयात. पुढे त्यांना याची निश्चित जाणीव होते.) मुलं त्यांना योग्य वाटतं तशीच वागतात. त्यांच्यावर केवळ आई-बाबांनी नाही, तर समाजातल्या विविध घडामोडींनी चांगला-वाईट परिणाम केलेला असतो.

आपलं मूल हे आपलं असतंच. एका मर्यादेपर्यंत घराचं वळण त्यांना असतंच. पण आपल्या नियंत्रणापलीकडच्याही काही गोष्टी असतात. या खऱ्या कारणांपर्यंत जायची आपली तयारी आहे का? उदाहरणार्थ, लहान वयात शाळेत जायच्या-यायच्या रस्त्यावरचा रिक्षाचा आणि व्हॅनचा प्रवास मुलांना बऱ्याच गोष्टी शिकवून जातो. यावर कोणाचंच कसलंही नियंत्रण नसतं. आहाराच्या चुकीच्या सवयी, मोबाईल, गेम्स, नवे ट्रेंड्स, वरच्या इयत्तेतल्या मुलामुलींची आपसात वेगळी होत जाणारी मैत्री या सगळ्याचे साक्षीदार ही लहान मुलं असतात.

दुसरं, आपल्याला कळत नाही अशा बऱ्याच गोष्टी टीव्ही शिकवत असतो.

तिसरं, मोबाईलदेखील शिकवतो आणि करवून घेतो, त्याला तर काहीच अंत नाही.

चौथी गोष्ट, सामाजिक परिस्थितीत प्रत्येक बाबतीत होत जाणाऱ्या बदलांवर आपलं काहीच नियंत्रण नसतं. उदाहरणार्थ, आसपासचं वातावरण गढूळ होत जाणं, पैसा हीच महत्त्वाची गोष्ट ठरणं, आपण सर्वांच्या कसे पुढे आहोत हे प्रत्यक्ष भेटीत किंवा समाज माध्यमांवर हिरिरीने सांगणारी उदाहरणं, या काही अलीकडच्या काळातल्या गोष्टी आहेत.

आणि पाचवी गोष्ट म्हणजे, टीन-एजमध्ये येताना समवयस्क मित्रमैत्रिणींच्या सहवासामुळे मुलांना मजा वाटते. पण हाच सहवास त्यांच्या मनावर कसली-कसली ओझीही टाकत असतो. आई-बाबा तर काय आपलेच आहेत, ते आपल्याला समजून घेतीलच. पण या मित्रमैत्रिणीत स्वतःचं अस्तित्व निर्माण करण्यासाठी, टिकवून ठेवण्यासाठी,

फुलवण्यासाठी काय-काय फंडे करावे लागतात, ते त्यांचे त्यांनाच माहीत! ते सर्व आपल्या दृष्टिपलीकडे, म्हणूनच आपल्या नियंत्रणापलीकडचं असतं. मुलं या वयात वेगळ्या दिशेने चालायला लागतात. कदाचित वेड्यावाकड्या मार्गावर जाऊ शकतात, बिथरल्यासारखी वाटतात. यातून मुलं बाहेरच्या मित्रमैत्रिणींशी नातं जोडू बघतात, असलेलं नातं अजून घट्ट करू बघतात.

एकुणात, पालकांना अपेक्षित असलेले मुलांकडून घडून येत नाही. मुलं घरी, पालकांसमोर त्यांना हव्या तशा आदर्शांच्या चौकटीत वागतात. बाहेर मात्र आपल्याला हवं तेच करतात. हे समजतं तो क्षण सर्वांच्या दृष्टीने विचित्र असतो.

अशा प्रसंगी आई-बाबा आणि शिंगं फुटलेलं मूल यांना नातं सावरण्याची अजून एक संधी मिळते. हा कसोटीचा क्षण पराकोटीच्या शांततेत आणि तर्कशुद्धरीत्या सोडवता आला तर मूल निदान अजून घसरत नाही. हा क्षण पालकांनी व्यवस्थित हाताळला तर मुलं 'जाहल्या तिन्हीसांजा' हे लक्षात घेऊन परत 'घराकडे आपुल्या' फिरू शकतात! मैत्री टिकून राहू शकते!

वेगळ्या मुलांना जपताना

काही पालकांना एक वेगळीच परीक्षा द्यावी लागते; ज्यात पास-नापास असं काहीच नसतं.

छान कुटुंब, छानसं घर, त्यातली हुशार, शहाणी, गोजिरवाणी, समंजस मुलं, असं चौकटीतल्या घराचं चित्र प्रत्येकाचं नसतं. चौकटीच्या तीन बाजू व्यवस्थित असतात. चौथी बाजू असते लटकी, नाहीतर तुटकी किंवा जाग्यावरच नसते. ही चौथी बाजू एकदाची नीट व्हावी, चौकटीत व्यवस्थित बसावी, म्हणजे संपूर्ण चौकटीला नीट रंग देता येईल, आतलं चित्र उठून दिसेल, सजेल. हे चित्र आपलं आपल्यालाच आवडेल, म्हणून तर आपली सगळी धडपड चालू असते. विविध बाजूंनी आपण प्रयत्न करतो. जसं आहे तसं स्वीकारून पुढे जावं, असं म्हणत राहावं. मात्र, आपले प्रयत्न सोडू नयेत. आपले प्रयत्न योग्य दिशेने आहेत का, याची मनाशी खात्री असणं फार आवश्यक आहे.

मुलं हसरी, निरागस असतात, खूप आनंद देतात; तर कधी स्वप्न एक पडतं आणि प्रत्यक्षात वेगळंच घडतं. हसऱ्या बाळाचं चित्र डोळ्यांसमोर असतं, पण मुलं खूप रडतात, किरकिरी होतात. सकाळीसुद्धा रडत उठतात. सगळ्यांचाच दिवस मग वाईट जातो. हीसुद्धा आई-बाबांची एक प्रकारे परीक्षाच असते.

मुलांनी फार नाही; पण आपापला अभ्यास नीट करावा इतकीच सर्वसाधारण अपेक्षा असताना शाळेतून वर्तणुकीच्या तऱ्हेतऱ्हेच्या तक्रारी येतात. कधी अभ्यासाच्या तक्रारी सुरू होतात, एकाग्रता नाही, स्मरणशक्ती नाही. मुलांना करायला जमतं, पण करत नाही.

मूल अभ्यास करतं, पण विसरून जातं. सगळं लक्षात राहतं, पण सिली मिस्टेक्स होतात. या गोष्टी एकामागोमाग चालूच राहतात, संपत नाहीत. ही परीक्षा, ती परीक्षा. हा अभ्यास, ती स्पर्धा. यात जमेल तशी मुलं मोठी होतात आणि आई-बाबा परीक्षा देतच राहतात.

काही मुलं लहानपणापासूनच अव्यक्त असतात. अशी मुलं अंतर्मुख असतात. इन्ट्रोव्हर्ट असतात. अंतर्मुख असणं हा त्यांच्या स्वभावाचा एक नैसर्गिक भाग असतो. ही मुलं मंद नसतात. ही मुलं पुरेशी हुशार नाहीत, असं काही नसतं. पण त्यांना गप्प राहायला आवडतं. शांत राहणं, पटकन मत न देणं हा स्वभावाचा एक भाग आहे. तो आई-बाबांनी समजून घ्यायला हवा. कदाचित अशी मुलं 'झाकलं माणिक' असू शकतात.

मुलांचा नकारात्मकतेकडे झुकणारा स्वभाव हा आई-बाबांसाठी एक ताणाचा विषय. कधी हट्टी, कधी खूप तापट, अहंकारी आणि उद्धट. काही मुलं आई-बाबांना गुंडाळण्यात पटाईत, खोटं बोलण्यात सराईत. काही घरांमध्ये मुलांना वाट्टेल तसं बोलतात, त्यांचा सतत अपमान करतात. मुलं लहान असेपर्यंत ऐकून घेतात. जरा मोठं झालं की ते आई-बाबांवर ओरडतात. लहानपणापासून फक्त मुलांच्या हिताचा विचार करणाऱ्या आई-बाबांना हे कसं सहन होईल? ही आई-बाबांची अजून एक परीक्षा.

काही वेळा मुलं आई-बाबांचं तेच-तेच बोलणं ऐकून इतकी वैतागतात की स्वतःला घरापासून दूर करतात. घराकडे कमीच फिरकतात. मुलं बाहेरच राहतात. अठरा वर्षांच्या आत असं

इ गॅझेट्स

दहा वर्षापर्यंतच्या मुलांचा सर्वात मोठा गुरू म्हणजे घरात ठाण मांडून बसलेला टीव्ही; आणि आता तर मोबाईल विथ इंटरनेट. घरामध्ये अखंड आणि अव्याहतपणे मालिका सुरू असतात, तर कधी जाहिराती, कधी विविध फोटोज्. या सगळ्यांमुळे अतिसंवेदनशील मनाच्या मुलांवर विविध प्रकारचे किंवा चित्र-विचित्र प्रकारचे परिणाम होत असतात. मुलांचं मन सर्व काही टिपून घ्यायला उत्सुक असल्यामुळे या सगळ्यांचा परिणाम त्या बालमनावर होत असतो. आई-बाबा मुलांबरोबर घरात आहेत, असं म्हटलं तरीही टीव्ही चालू असेल तर तोही वळण लावण्याचं काम करतो आहे, हे अजिबातच विसरून चालणार नाही. पूर्वीच्या काळाशी तुलना करायची झाली तर असे विविध गुरू घरात नसायचे. त्यामुळे काही अपवाद वगळता हे आई-बाबांचं मूल आहे हे बऱ्याच अंशी ओळखता यायचं. आता तसं होताना दिसत नाही.

काही घडणं वाईटच! आई-बाबा रागावतात, म्हणून आई-बाबांनाच नाकारायचं ही मोठीच समस्या आहे. पण एक लक्षात घ्यायलाच हवं, की मुलांच्या सहनशक्तीलादेखील मर्यादा असतात. मुलांना किती बोलायचं, काय बोलायचं, किती वेळा बोलायचं, आपण मुलांना बोलतो तेव्हा त्यांच्या मनावर काय परिणाम होत असेल, काहीही परिणाम होत नसेल का, आपल्या रागावण्यातल्या किती गोष्टी त्यांच्या सुप्त मनात शिरकाव करून बसल्या असतील, हे बघायला नको का?

अनेक आई-बाबा मुलांच्या वागण्याचा ताण घेऊन बोलतात. स्वतःचा ताण मुलांच्या मनावर टाकतात. अशा प्रकारे आई-बाबा जेवढा जास्त ताण घेतात, तेवढेच ते आपल्या प्रिय मुलांपासून दुरावतात. असा दुरावा येऊ नये म्हणून काही गोष्टी समजून घ्यायला हव्यात.

माझं काम, माझी नोकरी-व्यवसाय, माझं अपयश, माझी आर्थिक परिस्थिती याचा खूप जास्त ताण माझ्या मनावर आहे का? मुलं माझ्याशी उद्धटपणाने वागत असतील, वेगळीच वागत असतील, मला त्रास होईल असं बोलत असतील, तर आपण आपल्यावरचा ताण त्यांच्यावर लादलाय का, हे तपासायला हवं.

तसं जाणवलं तर स्वतःला सावरायला हवं. आपलं मन जागेवर नसेल तर— आपण कितीही शहाणे, सुशिक्षित असलो तरी— या मनाकडून काहीच चांगलं घडत नाही. विचार न करताच अचानक तीव्र प्रतिक्रिया दिल्या जातात. पण हेच मन जागेवर असेल तर त्याच परिस्थितीमध्ये आपण अतिशय योग्य विचार करतो. विचार जागेवर असणं ही केव्हाही चांगली गोष्ट आहे. तितकंच महत्त्वाचं म्हणजे ती आपल्या हातातली गोष्ट आहे.

मात्र, मुलं विचित्र वागत असतील, मुद्दाम वागत असतील तर त्यांचं काय बिनसलंय हे बघायला हवं. तिथेही काही सापडलं नाही, हा उगाचच हट्टीपणा चालला आहे, असं लक्षात आलं तर योग्य शब्दांत समज द्यावीच लागेल.

काही वेळा आपल्या प्रिय मुलांमुळे आपल्या मनात एक असमाधानाची भावना जन्म घेते. आपणच चांगले आई-बाबा नाही असं वाटायला लागतं. या अपराधी आणि अपयशी भावनांमुळे आपण हेलावून जातो. स्वतःच्या क्षमतांबद्दल शंका निर्माण होते, ही भावना कधी रागामध्ये बदलते, संतापाने व्यक्त होते; तर कधी उलट दिशेने प्रवास करत आपल्याला नैराश्याकडे नेते. दोन्ही गोष्टी वाईटच. म्हणून मन जागेवर पाहिजे.

आपल्यातल्या आई-बाबांचा जन्म व्हायच्या आधी खरंच आपण हसरे - खेळकर होतो, आयुष्याचा आनंद घेत होतो. पण आता ते जमत नाहीये. कोणीतरी शिरावर मोठ्ठी जबाबदारी टाकल्यासारखं झालं आहे. त्यामुळे साध्या-साध्या गोष्टींचाही आनंद घेता येत

नाहीये, मुलांबरोबर आनंदाचे क्षण घालवता येत नाहीयेत. स्वत:बद्दल असं काही लक्षात आलं तर मनाला जागेवर आणलं पाहिजे. ते आनंदाचे क्षण परत आणायला हवेत. हे काम आपणच करायला हवं. आपल्या आनंदाचे मार्ग आपल्यालाच नीट माहीत असतात.

अशी अनेक घरं आहेत, ज्यांच्या आयुष्यात अघटित घटना घडूनही ते सावरतात. त्यांची मुलं कितीही वेगळी असोत, त्यांच्यात दुरावा निर्माण होत नाही. मुलांना ते सतत तराजूत तोलत नाहीत. उलट, मुलांना त्यांच्या सर्व 'सिली मिस्टेक्स'सह समजून घेतात. याचा अर्थ त्यांची मुलं फार चांगली वागतात, सुतासारखी सरळ असतात किंवा चौकटीत असतात, असं नाही. विविध प्रकारे ती वेगळीच असतात. कधी बुद्धीने वेगळी, कधी मेंदूने वेगळी, कधी अक्षम असतात. स्वभावाने विचित्र असतात. कधी ही मुलं 'कुरूप, वेडी पिल्लं' नसून 'राजहंस' असतात. पण या राजहंसांची खूणच पटलेली नसते. त्या मुलांनाही हे माहीत नसतं आणि आई-बाबांनाही! हे समजतं तोपर्यंत या घरांची - आई-बाबांची मुलांबद्दल असलेली जवळीक सततच परीक्षा देत असते. ही जवळीक कधी ताणली जाते, कधी अतिसैल पडते; तुटत मात्र नाही. उलट नातं अजून घट्ट होतं. संकटांना तोंड देत हे एकमेकांनाही जपतात– आपल्या वेगळ्या मुलांचं वेगळेपण स्वीकारत, जपत!

सप्तभावना

उगवत्या पिढीची नवी भाषा, त्यांचं जगणं, त्यांची विचारप्रक्रिया, त्यांच्यासमोरची आव्हानं आणि त्यांच्यासमोरच्या दिशा, त्यांच्या समस्या आणि त्यांनी काढलेले त्यावरचे उपाय, हे सगळं आधीच्या पिढ्यांपेक्षा वेगळंच असणार. हे एकमेकांना कळावं यासाठी एकमेकांची भाषा एकमेकांना कळायला हवी. एकमेकांच्या मनात शिरता यायला हवं. एवढी एक गोष्ट केली तर उगवत्या पिढीला समजून घेण्याच्या प्रयत्नात असणारी आपली वाट धुक्यात हरवून जाणार नाही.

१. अहंभावना

घराघरांत चालू असणारी एक सर्वसाधारण गोष्ट म्हणजे तुझं खरं की माझं खरं? प्रत्येक जण स्वत:चा मुद्दा पुढे रेटायला बघतो, तेव्हा धड कोणाचंच कोणाला ऐकू येत नाही. त्या गदारोळात मुद्दा मात्र निघून जातो. लहानशा तीन-चार वर्षांच्या मुलांनाही स्वत:चा इगो असतो. लहान असताना मुलं ऐकतात. जसजशी ती मोठी होतात, तसा इगो हेच दुराव्याचं कारण होतं. इगो ही गोष्ट आपल्याला एकमेकांच्या मनात शिरू देत नाही. या 'इगो'ला मॅनेज करता यायला हवं.

- ❐ मुलांची काळजी प्रत्येकाला असतेच. पण तेवढंच करणं पुरेसं नसतं.
- ❐ आई-बाबांनी स्वत: निरोगी राहणं अतिशय आवश्यक असतं.
- ❐ आई-बाबा निरोगी नसतील तर निराशा, राग अशा नकारात्मक भावना निर्माण होतात. छान नातं निर्माण होण्यासाठी ही सर्वात घातक गोष्ट आहे.
- ❐ प्रत्येक मूल वेगळं असतं, हे लक्षात घेऊन आपल्या मुलांवर अन्याय होऊ द्यायचा नाही. कितीही अवघड असलं तरी मुलांचा स्वीकार करणं फार आवश्यक असतं.

---

२. शांतता

इगोमुळे विसंवाद होतात का, हे बघायला हवं. वास्तविक, विसंवाद होणं ही अतिशय नैसर्गिक गोष्ट आहे. उगवत्या पिढीशी विसंवाद हा तर बहुतेकदा नेहमीचाच. शहाणपणा यात आहे की, असा विसंवाद झाला तरी पुन्हा संवाद कसा सुरू करायचा?

राग आलेला असताना एकमेकांशी बोलणं अशक्य असतं. त्यामुळे संवाद सुरू व्हायचा असेल तर राग आलेला असताना काहीही बोलायचं नाही, हे पथ्य पाळावं लागेल. रागाच्या भरात माणसं नको ते बोलून जातात. अशाने संवादाकडे गाडी वळणार नाही.

विसंवादाची कारणं शोधणं ही दुसरी पायरी. कोणकोणती कारणं असू शकतात, याची एक यादी करावी लागेल. यातून ज्या काही खऱ्याखुऱ्या गोष्टी समोर येतील त्या मान्य कराव्या लागतील. विसंवादाची लिहिलेली कारणं वाचतानाच त्यावरचे उपायही दिसू लागतील. आता फक्त हे उपाय एकमेकांना सांगून अमलात आणायचे आहेत. काही करून गाडी संवादाकडे वळवायची आहे!

३. अपराध-भावना

काही झालं तरी आई-बाबांनी अपराध-भावना मनात येऊ द्यायची नाही आणि आली तरी तिला मनात रेंगाळू द्यायचं नाही. जी काही समस्या असेल त्यावर मात कशी करता येईल, याचाच विचार करायचा.

समजा, एखादी समस्या सोडवण्यासाठी आपल्यासमोर तीन मार्ग असतील तर मुलांसाठी त्यातल्या सर्वोत्तम मार्गाची निवड केलेली असते, यावर आपला विश्वास हवा. त्या मार्गाचा अपेक्षित परिणाम दिसला नाही तर पश्चात्ताप होतो. पाठोपाठ अपराधीपणाची भावना येते. एकदा का असं अपराधी वाटायला लागलं की आपण कोणापाशीतरी मन मोकळं करतो. कधी-कधी बोलल्यामुळे ही भावना मनातून निघून जाते, तर कधी ती

अजूनच त्रासदायक ठरते. त्याबद्दल सतत बोलत राहिलं की तेच खरं वाटायला लागतं. यामुळे मुलांनाही वाटायला लागतं, की आपल्या समस्यांना आपले आई-बाबाच कारणीभूत आहेत. असं झालं तर एकमेकांच्या मनात शिरणार कसं? यासाठी ही अपराध-भावना नको.

४. सामंजस्य

आजकालची मुलं उद्धट आहेत, हे नेहमीच ऐकून घ्यावं लागतं. त्यामुळे एकमेकांशी वागताना - बोलताना सभ्यतेचे संकेत शिकवावे लागणार आहेत. एवढंच नव्हे; तर या गोष्टी त्यांच्याकडून करवून घ्याव्या लागणार आहेत.

आपल्याला जे योग्य वाटतं त्यावर ठाम राहणं आवश्यक असतं. मुलांबरोबर मित्रांसारखं वागणं हा आदर्श आहे; तत्पूर्वी एकमेकांबद्दल ममत्व तरी असायला हवं. इथे हे नमूद करावं लागेल, की बदलत्या काळाबरोबर भावनांचा कोरडेपणा ही एक नवी गोष्ट उदयाला आली आहे. ती मुलांमध्ये दिसून येते. म्हणून लहान वयापासूनच याकडे लक्ष द्यायला हवं.

मुलं मोठी झाली की आई-बाबांच्या वागण्याचं विश्लेषण करायला लागतात, ही चांगली गोष्ट आहे. पण त्यापुढे जाऊन ती आई-बाबांना कमी लेखत असतील तर ते थांबवायला हवं. आर्थिक - शैक्षणिक कोणत्याच बाबतीत नाही! एकदा तसं बोलू दिलं आणि ऐकून घेतलं की पुनःपुन्हा तेच सुरू होईल. मग त्यात मोडता घालता येणार नाही. म्हणून हे सुरुवातीच्या काळातच सामंजस्याने करायला हवं.

५. प्रोत्साहन स्वतःलाच

मुलांची पिढी ही आपल्या पुढची आहे हे मुळीच विसरून चालणार नाही. भावना मॅनेज करणं, आपल्याला हव्या असलेल्या गोष्टी कशा साध्य करून घ्यायच्या हे बरोबर माहीत असणं, या बाबतीत ते जुन्या पिढीच्या पुढेच आहेत. तंत्रज्ञान ही नव्या पिढीच्या हाती असलेली अजून एक महत्त्वाची कळ. म्हणून कायमच त्यांच्याबरोबर नव्या गोष्टी शिकायच्या आहेत. मुलं स्मार्ट असतील, आहेतच; आई-बाबांनीही स्मार्ट असायलाच हवं. त्यासाठी मनाचा लवचीकपणा हा महत्त्वाचा मंत्र आहे. 'आमच्या वेळी' या शब्दांपेक्षा आत्ता आणि उद्या हे जास्त महत्त्वाचे शब्द आहेत. स्वतःलाच प्रोत्साहन द्या आणि मनापासून नव्या पिढीचे व्हा!

६. परमविश्वासाची भावना

मुलांशी मैत्री करण्याच्या नादात काही आई-बाबा आपण 'पालक'सुद्धा आहोत हे विसरतात. गप्पा मारताना, खेळताना, मजा करताना मैत्रीच हवी. पण त्याचबरोबर आजचा ऑफीसमधला दिवस कसा गेला, हे मोकळेपणाने सांगता यायला हवा. एखादं कौशल्य

शिकल्यामुळे कोणता प्रश्न सुटला, हे तर आवर्जून सांगावं. कधी मुलांनी केलेल्या सूचनाही ऐकाव्यात. मात्र, इथे एक दोरीवरची कसरत करावी लागणार आहे, ती म्हणजे आपण त्यांच्यापेक्षा मोठे आहेत, तसेच वय आणि अनुभव यामुळे थोड्या जास्त गोष्टी कळतात, याची जाणीव मुलांना असू द्या. लहानपणी आपले मित्र असलेले आई-बाबा अचानक असे का वागायला लागले, असा प्रश्न त्यांना पडायला नको. विविध प्रश्नांवर, समोर आलेल्या अडचणींवर आई-बाबांशी बोललं तर योग्य मार्ग निघतो, असा विश्वास मुलांमध्ये निर्माण व्हायला हवा. आई-बाबा कायम मित्राच्या भूमिकेत राहिले तर अडचणींवर सल्ला घ्यायला जाणार कोणाकडे, असा प्रश्न पडू शकतो.

वयाच्या या टप्प्यावरही आपण एकमेकांच्या मनात शिरू शकलो, तर मग फ्रेंडशिप पक्की!

मैत्री पक्की होण्यासाठी या काही गोष्टींकडे जाणीवपूर्वक लक्ष द्यायला हवं. या गोष्टी नात्यांच्या आड यायला नकोत. धुक्यामुळे आलेली अंधुकता सूर्यप्रकाशाच्या किरणांमुळे बाजूला होते आणि समोरची वाट स्वच्छ दिसायला लागते. त्या किरणांना आपलंसं करायला हवं. यानंतरच स्वच्छ मनाने, आशादायक विचारांनी उगवतीकडे जाता येईल.

सामना प्रश्नांचा

मुलं वाट्टेल त्या वेळी, वाट्टेल ते प्रश्न विचारतील, या प्रश्नांचा धाडसाने सामना करा. तुम्ही तुमच्या आई-बाबांना असे प्रश्न कधीही विचारले नसतील तरीही! कॉन्डोमविषयक प्रश्नाचा गुगली सकाळी प्रसन्न मनाने चहाचा कप हातात असतानाही विचारला जाऊ शकतो. किंवा एखाद्याच्या लग्नप्रसंगी मुलांना मनातली उत्सुकता अचानक जाहीररीत्या प्रदर्शित करावीशी वाटेल, तेव्हा त्यासाठी तयार राहा. आज संवाद टाळू नका; कारण पुढे जाऊन कदाचित तो पूर्णच थांबू शकतो.

दहा-बारा वयापर्यंतची मुलं अजूनतरी खरंच निरागस असतात. या प्रश्नांची उत्तरं दिलीत तर त्यांच्या मनातली वाफही बाहेर पडेल आणि आपसातलं नातं जास्त घट्ट आणि निकोप होईल.

■■■

www.ingramcontent.com/pod-product-compliance
Lightning Source LLC
LaVergne TN
LVHW040822051026
849519LV00007BA/2713